પર્યુષણ પઠન

સ્મિતા શાહ

સામગ્રી

પ્રસ્તાવના

જૈન ધર્મના અભ્યાસમાં નાનપણથી જ રુચિ રહી છે. 2007માં ઇન્ટરનેટ વાપરતી થઈ ત્યારથી પર્યુષણમાં એક સારો વિચાર લખવાનું મન થાય એટલે પહેલા તો ઈ-મેઈલ શીખી અને સંવત્સરીના દિવસે એક જ મેસેજ મુકતી. કમ્પ્યુટર તો પાસે હોય નહીં એટલે દીકરાની ઓફિસે જઉં ત્યારે વાપરતી અથવા દીકરીની નર્સરી સ્કૂલમાં તક મળે ત્યારે બધાને ઇ-મેઈલ કરતી. પણ પછી તો ઘરમાં કમ્પ્યુટર આવ્યું એટલે શોખ વધ્યો અને ફેસબુકમાં એકાઉન્ટ ખોલ્યું. પછી તો પહેલા દિવસથી જ મેસેજ મુકતી થઈ. એ બહાને મારે સ્વાધ્યાય થાય અને સ્વજનોને ખુશી! એટલે જેમ જેમ આગળ વધતી ગઈ તેમ તેમ લખાણ પણ સુધરતું ગયું અને સ્વાધ્યાય પણ વધતો ગયો. આજે 2024 સુધીના લખાણોની નાનકડી પુસ્તિકા આપની સમક્ષ મુકતા આનંદ અનુભવું છું. બધા જ દિવસોના લખાણ પહેલો દિવસ, બીજો દિવસ એમ આઠ દિવસ સુધી ક્રમવાર મુકેલા છે.

મને સાહિત્ય માત્રમાં રસ છે. જૈન ધર્મના અભ્યાસ માટે પણ મેં ઘણો રસ લીધો છે. જૈન સાહિત્ય અકાદમીના વર્ગો ભર્યા છે અને ત્રણ જ્ઞાન સત્રમાં શોધ નિબંધો પણ રજૂ કર્યાં છે. એ ત્રણ નિબંધો અને એક મેં તપશ્ચર્યાના ફળ વિશે લખેલો લેખ પણ છેલ્લે મુક્યા છે. આશા રાખું છું કે આપને ગમશે.

મારી ઇન્ટરનેટ શીખવાની યાત્રામાં મારી દોહીત્રી અનન્યા ઉર્ફે ઋજુનો બહુ મોટો ફાળો રહ્યો છે. તેને મારા ખૂબ આશીર્વાદ !

સ્મિતા પિનાકીન શાહ..... 9898380053
17, નિશાંત બંગલોઝ વિ.1
બિલેશ્વર મહાદેવની સામે
શ્યામલ ચાર રસ્તા પાસે, સેટેલાઈટ રોડ
અમદાવાદ 380015.

1

2024

દિવસ : 1

જીવનમાં આવતી પરિસ્થિતિનું કારણ વ્યક્તિ પોતે છે, એના કર્મ છે. કોઈ અદ્રશ્ય શક્તિ નથી. આત્માના શુદ્ધ સ્વરૂપના પ્રગટીકરણમાં જે બાધક બને છે તે કર્મ છે. એકવાર શ્રેણિક રાજા ભગવાન મહાવીરને પ્રશ્ન પૂછે છે. "પર્યુષણમાં ગૃહસ્થોની દિનચર્યા કેવી હોય ?" ભગવાન જવાબ આપે છે, "કરુણાભાવથી છલકાતી અને મૈત્રીભાવના ફુવારા ઉડાડતી હોવી જોઈએ. દુ:ખી, ત્રસ્ત અને જરૂરિયાતવાળાને દાન કરવું, મદદ કરવી, આશ્વાસન આપવું, વિરોધી અને દ્વેષી સાથે પણ સરળભાવ ધારણ કરવો અને ધર્મકાર્યોમાં ચિત્ત પરોવવું અને પરમાર્થના કાર્યોમાં મગ્ન રહેવું." ભગવાનના આ સરળ ઉપદેશને આપણે પણ આચરણમાં ઉતારી શકીએ એવી પર્યુષણમાં પ્રથમ દિવસે પ્રાર્થના ! પર્યુષણનો અર્થ પરિવસન પણ થાય છે મતલબ આત્માની સમીપ રહેવું. આઠ દિવસ આપણે બાહ્ય આડંબરો અને વ્યવહારોથી દૂર રહીને આંતરખોજ કરવાની છે. આ આંતરખોજના એક પગલાં સમાન માં આગમ સાહિત્યનો અભ્યાસ કરીને એક બુંદ સમાન જ્ઞાનનો પરિચય તૈયાર કર્યો છે. આ ખોબા જેટલું લખાણ તૈયાર કરવામાં મુખ્યત્વે "આગમ ગ્રંથ" જેના પ્રેરક યુગ દિવાકર આચાર્ય નમ્રમુનિ અને સંપાદક શ્રી ગુણવંત બરવાળિયાનું પુસ્તક, "જૈન આગમ

સાહિત્ય" જૈન મેગેઝીન, ઉપરાંત ગુગલના માધ્યમ દ્વારા જેટલી મળી તે માહિતી, યુટ્યુબ ઉપરથી પંડિત જિતુભાઈ શાહ તેમ જ ડો. ધરમચંદ જૈનના વક્તવ્યોનો સંદર્ભ લીધો છે. એમાંથી કંઈ પણ જિનાજ્ઞા વિરુધ્ધ લખાયું હોય તો આજે પ્રથમ દિવસે જ ત્રિવિધે ત્રિવિધે મિચ્છામિ દુક્કડમ.

જૈન આગમો

શ્રમણ ભગવાન મહાવીર ઈ.સ. પૂર્વે 557માં સર્વજ્ઞ બન્યા. બીજે દિવસે એમણે ગૌતમ ઇન્દ્રભૂતિ સહિત અગિયાર વેદમૂર્તિ બ્રહ્મણોને દીક્ષા આપી અને તેમને ગણધરની માનવંતી પદવીથી નવાજ્યા. એ સમયે તીર્થની સ્થાપના કરતી વખતે અગિયારેય ગણધરોને જૈન દર્શનની ચાવીરૂપ મહામૂલી ત્રિપદીનો બોધ કરાવતા કહ્યું, "ઉપ્પન્નેઈ વા, ધ્રુવેઈવા, વિગમેઈવા." તેનો અર્થ થાય છે: "પ્રત્યેક પદાર્થ અન્યાન્ય (જુદા જુદા) સ્વરૂપે ઉત્પન્ન થાય છે. પૂર્વ સ્વરૂપે નાશ પામે છે અને મૂળ સ્વરૂપે પૂર્વ-સનાતન પણ છે." આ ગહનભાવવાળી ત્રિપદીને લક્ષમાં રાખીને સર્વ ગણધરોએ સ્વતંત્ર દ્વાદશાંગી રચી. ભગવાનના અગિયાર ગણધરોમાંથી ગૌતમ ઇન્દ્રભૂતિ અને સુધર્માસ્વામી સિવાયનાં સર્વે ગણધરો ભગવાન મહાવીર વિચરતા હતા ત્યારે જ નિર્વાણ પામ્યા હતા. સુધર્માસ્વામી દીર્ઘાયુષી હતા તેથી ભગવાનના પ્રવચનોનો પ્રત્યક્ષ લાભ તેમને વિશેષ મળ્યો હતો. સુધર્માસ્વામી ભગવાનનાં પાંચમા ગણધાર હતા. તેમણે રચેલી દ્વાદશાંગીના શરૂઆતના અગિયાર અંગો આજે પણ જળવાઈ રહ્યા છે. લુપ્ત પામેલું બારમું અંગ દ્રષ્ટિવાદના ઝરણારૂપ પૂર્વ વિભાગને અનુલક્ષીને કાલાંતરે અન્ય આગમો રચાયા. અત્યારે શ્વેતાંબર પરંપરામાં 45 આગમો મોજુદ છે.

જે દશપૂર્વિ જ્ઞાનના જ્ઞાતા હોય તેઓ જ આગમ ગ્રંથમાં પ્રવેશી શકતા. જ્યારથી દશપૂર્વીના રહ્યાં ત્યારથી આગમોની સંખ્યા વધતી બંધ થઈ એમ માનવામાં આવે છે. આગમોની સંખ્યા વધવાની સાથે તેમનું વર્ગીકરણ પણ થતું ગયું. ગણધર કૃત ગ્રંથોને અંગ સાહિત્યમાં ગણવામાં આવ્યા અને બાકીનાને અંગ બાહ્ય સાહિત્યમાં સમાવવામાં

આવ્યાં. મહત્ત્વની દ્રષ્ટિએ જોવામાં આવે તો ઉપલબ્ધ આગમ સાહિત્યમાં પ્રાચીન જૈન પરંપરાઓની અનુશ્રુતિઓ, લોકકથાઓ, તત્કાલિન રીત-રિવાજો, ધર્મોપદેશની પદ્ધતિઓ, આચાર-વિચાર, સંયમ પાલનની વિધિઓ વગેરેનાં દર્શન થાય છે. વ્યાખ્યા પ્રજ્ઞપ્તિમાંથી મહાવીર સ્વામીનું તત્ત્વજ્ઞાન, તેમની શિષ્ય પરંપરા અને તત્કાલિન રાજા મહારાજાઓ અને તિર્થંકોનો ઉલ્લેખ મળે છે. આ મોજુદ આગમોમાં સમાવિષ્ટ દ્રવ્યાનુયોગ, ચરણકરણનું યોગ, ગણિતાનું યોગ અને ધર્મકથાનું યોગ એમ ચાર યોગનું વિવરણ છે.

1. ચરણકરણનું યોગ : શ્રાવકો અને સાધુઓના ચારિત્રની ઉત્પત્તિ, વૃદ્ધિ અને રક્ષા સંબંધી વર્ણનને અને શ્રાવક અને સાધુઓના આચારને વર્ણવતા અનુયોગને ચરણકરણનું યોગ કહેવામાં આવે છે.

2. ધર્મકથાનું યોગ : અહિંસા, સંયમ, તપ વગેરે ધર્મસંબંધી કથાઓ, ત્રિશષ્ટીશલાકા પુરુષો તથા અન્ય મહાપુરુષોના માધ્યમથી જ્ઞાનાદિ ધર્મને વર્ણવતા અનુયોગને ધર્મકથાનું યોગ કહે છે.

3. ગણિતાનું યોગ : ગણિતના માધ્યમથી વિષયને સ્પષ્ટ કરવામાં આવતો હોય તો તેને ગણિતાનું યોગ કહે છે. કાળ, ક્ષેત્ર વગેરેની ગણનાનો સમાવેશ આ યોગમાં થાય છે.

4. દ્રવ્યાનું યોગ : જીવાદિ દ્રવ્યો, નવતત્ત્વાદિ વિષયોના વર્ણનને દ્રવ્યાનું યોગ કહેવામાં આવે છે.

દિવસ : 2

આજથી 2600 વર્ષ પહેલાં આગમ સાહિત્ય ગણિ પિટકના નામે ઓળખાતું હતું. ગણિ એટલે ગણના નાયક-આચાર્ય અને પિટક એટલે પેટી અર્થાત્ જ્ઞાનનો ભંડાર. આગમ શબ્દ ખૂબ પાછળથી પ્રસિદ્ધ થયો છે. આત્માની ઓળખ કરાવે તે આગમ છે.

વર્ષો પહેલા તો આગમનું અધ્યયન કેવળ સાધુ ભગવંતો જ કરી શકતા અને શ્રાવકો વ્યાખ્યાન સાંભળીને બોધ ગ્રહણ કરી શકતાં. વળી આગમનાં અધ્યન માટે તપ કરવું જરૂરી હતું. કારણ કે, તપસ્યા દ્વારા આંતરિક શક્તિ પેદા થાય છે અને એકાગ્રતા આવે છે. આગમોનાં રહસ્યો ગહન છે. ઊંડો અભ્યાસ માંગી લે છે અને વાંચીને પામી શકાય તેમ નથી. વળી તેની ભાષા અર્ધ માગધી છે. કેવળ વાંચીને તેનો અર્થ પકડી શકાતો નથી કારણ કે તેમની રચના અત્યંત સંક્ષિપ્ત છે. એને સમજવા માટે નિર્યુક્તિ, ચૂર્ણિ, ભાષ્ય, ટીકા વગેરેની આપણને જરૂર પડે છે. ભગવાન મહાવીર જ્યારે વિચરતા હતા ત્યારે તેમની વાણી પામવા માટે પૂર્વાચાર્યોએ અથાક મહેનત કરી છે. સૌથી પહેલી વ્યાખ્યાઓ જે રચાઈ તેને નિર્યુક્તિ કહેવામાં આવે છે. નિર્યુક્તિના રચયિતા આર્ય ભદ્રબાહુ સ્વામી માનવામાં આવે છે. જે મહાવીર નિર્વાણ પછી 200 થી 250 વર્ષનાં ગાળા દરમિયાન થયા છે. તેમણે દસ આગમો ઉપર નિર્યુક્તિની રચના કરી છે. તેનો અર્થ છે-શબ્દોનો સંપૂર્ણ અર્થ કરવો. તેમણે જે કઠિન શબ્દો હતા તેના પર્યાયો પણ આપ્યા પરંતુ તેમના સમયમાં જ આગમના એક શબ્દના અનેક અથૌ થવા માંડેલા. સમય જતાં નિર્યુક્તિઓ પણ અઘરી પડવા માંડી. પરિણામે આગમોનું અધ્યયન ઘટવા લાગ્યું. એવા સમયે ચૂર્ણિઓ લખાઈ. એના માટે પથ્થરનું દ્રષ્ટાંત છે. કઠણ પથ્થર આપણે ચાવી શકીએ નહીં પણ એને ભાંગીને ચૂરણ બનાવીએ તો ચૂરણ ફાકી જવાય. આ રીતે કઠિન બાબતો સરળ રીતે લખાય છે. જિનભદ્ર ક્ષમાક્ષમણે ચૂર્ણિની રચના કરી છે. તેના પછી ભાષ્યની રચના થઈ અર્થાત જે ભાષા પ્રચલિત હોય તે ભાષામાં ગ્રંથો રચવા. આમ નિર્યુક્તિ, ચૂર્ણિ અને ભાષ્ય પ્રાકૃત ભાષામાં રચાયા. ત્યાર પછી ટીકાઓ આવી. ટીકાનો અર્થ વ્યાખ્યા થાય છે. બધી ટીકાઓ સંસ્કૃતમાં લખાઈ છે. પહેલા સૈધ્ધાંતિક વાતો જ થતી હતી. દાર્શનિક અર્થ કરવાની શરૂઆત ટીકાઓ દ્વારા થઈ. પ્રથમ ટીકાકાર જિનભદ્રગણિ વિ. સ. 757ની સાલમાં થયા. આચાર્ય હરિભદ્રસૂરિજીએ પણ સંસ્કૃતમાં વિસ્તૃત વિવેચન સહિત ટીકાઓ લખી છે. ત્યાર બાદ પ્રખર વિદ્વાન શિલંકાચાર્યએ આગમ ગ્રંથો પર ટીકાઓ લખી છે. પ્રથમ બે આગમોની

ટીકા લખ્યા પછી કોઈક કારણોસર બાકીના નવ અંગો પરની ટીકા લખી શક્યા નહીં. આ કામ આગળ ધપાવવા માટે બહુશ્રુત આચાર્યની જરૂર પડી. 11મી સદીમાં નવાંગી ટીકાકાર અભયદેવસૂરિની અદ્ભુત વિદ્વત્તા આપણને મળી છે. કહેવાય છે કે શાસનદેવી પ્રગટ થયા અને આદેશ કર્યો બાકીના નવ અંગો પર ટીકા તમે લખો. ઘણું કઠિન કામ હતું પણ અતિ નમ્રતા અને મર્યાદા સભર અનેક શબ્દોમાંથી યોગ્ય શબ્દનો અર્થ મૂકી તેમણે આ અદ્ભુત ગ્રંથો આપણને આપ્યા છે. તેઓ નવાંગી ટીકાકાર તરીકે ઓળખાય છે. અને ત્યારથી આપણને વિદ્વાન ગુરુજનો દ્વારા પોત પોતાની ભાષાઓમાં પણ આગમો પ્રાપ્ત થતા રહ્યા છે. અને આગમનું અધ્યયન સરળ બન્યું છે.

દિવસ : 3
પહેલું આગમ : આચારાંગ સૂત્ર

આચારાંગ સૂત્ર પ્રથમ આગમ છે. તેમાં આત્માથી પરમાત્મા સુધીની યાત્રાનું માર્ગદર્શન છે. આચારાંગ સૂત્ર આચાર પાલનની અગત્યતા સમજાવે છે. આચાર સારો રાખવા દ્રષ્ટિ સારી હોવી આવશ્યક છે. અને દ્રષ્ટિ સારી રાખવા માટે જ્ઞાન હોવું જરૂરી છે. આ સૂત્રમાં અહિંસા ઉપર પણ ભાર મુકાયો છે. ભોગથી ત્યાગ સુધીની વાત કરવામાં આવી છે. આપણા દ્વારા થતી હિંસાનું આપણને જ્ઞાન હોવું જોઈએ અને હિંસા કેવી રીતે થાય છે તેનું વિસ્તૃત વર્ણન આ અધ્યાયમાં કરવામાં આવ્યું છે. હિંસા-ધર્મનાં નામ ઉપર પૂજા-પ્રતિષ્ઠાનાં નામ ઉપર, જન્મનાં અવસર ઉપર, મૃત્યુનાં અવસર ઉપર આચરવામાં આવે છે. વનસ્પતિમાં પણ જીવ છે. ભગવાન કહે છે કે વનસ્પતિને દૂરથી જ ખબર પડી જાય છે કે આપણે તેને પાણી આપવા જઈએ છીએ કે તેનું છેદન કરવા...! જળમાં પણ જીવન છે. જળનો અપવ્યય કરવો બિલકુલ ઠીક નથી કારણ કે, તેનાથી ષટ્‌કાય જીવોનો પણ વિનાશ થાય છે. તેની સાથે પર્યાવરણનો પણ વિનાશ થાય છે. એ જ રીતે વાયુ પ્રદૂષણ પણ એટલું જ ગંભીર છે. અગ્નિને પણ જીવન માનવામાં આવ્યું છે. જેટલી જરૂર હોય એટલો જ તેનો ઉપયોગ કરવો જોઈએ.

આચારાંગ સૂત્રમાં મનોવિજ્ઞાન, કર્મ સિદ્ધાંત, અહિંસા, અપરિગ્રહ, અપ્રમાદ, સાધના, સમતા, ધ્યાન, પ્રમાણિકતા વગેરે અનેક વાતોનું પ્રતિપાદન થયું છે. જેને ઊંડાણપૂર્વક જ્ઞાનપ્રાપ્તિ કરીને જાગૃતદશા પ્રગટાવવાનો પુરુષાર્થ કરવો હોય તેમણે આચારાંગ સૂત્રનો અભ્યાસ કરવો જોઈએ. આચારાંગ સૂત્ર ભગવાન મહાવીરે આપેલી દેશનામાં સર્વ પ્રથમ છે અને સર્વ જ્ઞાનનું મૂળ છે.

દ્વિતિય આગમ : સૂડયાંગ સૂત્ર

આત્મજ્ઞાનની પ્રાપ્તિ પછી જ્યારે સાધક આત્મશુદ્ધિ કરવાનો પુરુષાર્થ ઉપાડે છે ત્યારે તે જગતના અનેક દર્શનોમાં અટવાય છે અને અનેક પ્રશ્નો તેના મનમાં ઉદ્ભવે છે. જગતના અનેક દર્શનોની માન્યતાઓ, જગતની અનેક પ્રકારની આત્મશુદ્ધિની માન્યતાઓના વાતાવરણમાં ભગવાન મહાવીરે યોગ્ય દિશા કેવી હોવી જોઈએ તેનું પૂર્ણ નિરૂપણ સૂડયાંગ સૂત્રમાં કરેલું છે.

ભગવાને એક બહુ જ માર્મિક વાત કહી છે કે રસ્તે જતી ઝાડુવાળી કે કામવાળી પણ સાધુને સાચી સલાહ આપે તો સાધુએ માની લેવી જોઈએ. વર્ણ-વ્યવસ્થા પ્રજ્ઞાનું કારણ નથી એમ ભગવાન કહે છે.

સૂડયાંગ સૂત્રમાં જીવ-અજીવ, લોકાલોક, પાપ-પુણ્ય, આશ્રવ, સંવર, નિર્જરા, બંધ, મોક્ષ પદારથ તથા ઈતર દર્શનથી મોહિત નવદીક્ષિતની શુદ્ધિ માટે ક્રિયાવાદના મત, અક્રિયાવાદના મત, અજ્ઞાનવાદ, વિનયવાદ મળીને 663 અન્ય દ્રષ્ટિના મત વગેરેની ચર્ચા કરવામાં આવી છે. આ સૂત્રમાં પ્રધાનપણે ભિન્ન ભિન્ન દર્શનોનું આલેખન છે.

દિવસ : 4
તૃતીય આગમ : ઠાણાંગ સૂત્ર

વિશ્વના તમામ વિષયોનું સંખ્યાત્મક જ્ઞાનવર્ણન આ સૂત્રમાં કરેલું છે.

જે સાધકોને જ્યોતિષ, જીવવિજ્ઞાન, વિશે જાણવું હોય, જગતના અનેક પ્રકારના જ્ઞાન જાણવાનો પુરુષાર્થ ઉપાડ્યો હોય તેવા સાધકો માટે 1 થી 10 સુધીની સંખ્યાનું નિરુપણ ઠાણાંગ સૂત્રમાં મળે છે. વરસાદ ના આવતો હોય તો કેવી રીતે લાવવો, નદીમાં કેટલું પાણી રહેશે તેની સમજ આપણને આ સૂત્રમાં મળે છે. ગંગાનદીમાં ગાડાનું અડધું પૈડું ડૂબે તેટલું પાણી છઠ્ઠા આરામાં રહેશે તેવી ભવિષ્યવાણી ભગવાને કરેલી છે. એક થી દસ સુધીની સંખ્યાના વિષયોને અલગ રીતે ગોઠવવામાં આવ્યા છે. જેમને જ્ઞાન ના ચઢતું હોય તેણે દસ નક્ષત્રોમાં કયા સમયે વિદ્યાપ્રાપ્તિનો પુરુષાર્થ વિશેષ કરવો તે જણાવ્યુ છે.

આ સૂત્રમાં વાસુપૂજ્ય સ્વામી, મલ્લીનાથ, અરિષ્ટનેમિ, પાર્શ્વનાથ તથા ભગવાન મહાવીરની પ્રવજ્યાનો ઉલ્લેખ છે. મલ્લીનાથની સ્ત્રભવે તીર્થંકર થયાની વાત છે. લુપ્ત પામેલાં દ્રષ્ટિવાદ અંગના દસ નામો બતાવ્યા છે.

આ સૂત્રમાં આત્મરક્ષાના ત્રણ ઉપાયો ભગવાને બતાવ્યા છે. જેમ કે જેની સાથે સંઘર્ષ થાય તેને સમજાવવું-પછી મૌન રહેવું અને અંતે જગ્યા છોડી દેવી. સંઘર્ષ પ્રત્યક્ષ હોવાથી વધે અને દૂર જવાથી હીટનું કન્વર્ઝન ઘટે એટલે સંઘર્ષ પણ ઘટે તેવો મનોવૈજ્ઞાનિક સિદ્ધાંત સ્થાપિત કર્યો છે.

ચોથું આગમ : સમવાયાંગ સૂત્ર

ભગવાન મહાવીરે પોતાની જે જ્ઞાનધારા વહાવી તેમાં ચોથું આગમ સમવાયાંગ સૂત્ર છે. અનેક પ્રકારના વિષયોનું સંકલન આ સૂત્રમાં આવે છે. જગતની કોઈપણ પરિસ્થિતિમાં કેવી રીતે સમતા રાખી શકાય તેના પર માર્ગદર્શન આપેલું છે. આ સૂત્રમાં પણ ઠાણાંગ સૂત્રની જેમ એકથી અસંખ્ય સંખ્યાઓના વિષયોનો ભરપૂર ખજાનો છે. નક્ષત્ર અને તારાની ગતિ પ્રમાણે જ્યોતિષ વિદ્યાની ચર્ચા કરેલી છે. સાધુ-સાધ્વીજીની વિહાર ચર્યાના કલ્પો બતાવવામાં આવ્યા છે. ઓગણીસમાં તીર્થંકર પરમાત્માએ (મલ્લીનાથ) રાજ્ય સ્વીકારી,

ભોગવી અને સંયમજીવન સ્વીકાર્યું તેનું વર્ણન છે. આ સૂત્રમાં બાર અંગ, ચૌદ પૂર્વના વિષય વર્ણન, અઢાર પ્રકારની લિપિઓનો ઉલ્લેખ છે. તદ્ઉપરાંત મહાવીર સ્વામી નેમિનાથ, પાર્શ્વનાથ અને વાસુપૂજ્ય સિવાયના તીર્થંકરોની દીક્ષાના ઉલ્લેખ છે. ગોશાલકના આજીવિક સંપ્રદાયનો ઉલ્લેખ પણ મળે છે. વૈજ્ઞાનિક દ્રષ્ટિબિંદુ જાણવાની જિજ્ઞાસાવાળા સાધકોએ સમવાયાંગ સૂત્રને અભ્યાસ કરવો જોઈએ.

દિવસ : 5
પાંચમું આગમ : ભગવતી સૂત્ર

દ્વાદશાંગી ગણિપિટકના બારે અંગ સ્વતંત્ર વિષય ધરાવે છે. પ્રત્યેક આગમ પોતાના વિષય નિરૂપણ આદિની દ્રષ્ટિએ ઉત્તમ જ છે. તેમ છતાં ગહનતા, ગંભીરતા, દર્શન આદિની દ્રષ્ટિએ શ્રી ભગવતી સૂત્ર મૂર્ધન્ય સ્થાન પ્રાપ્ત કરે છે. લબ્ધિનિધાન શ્રી ગૌતમસ્વામી તેમ જ પ્રશ્નકારો દ્વારા વિવિધ વિષયને સ્પર્શતા 36000 પ્રશ્નો અને પ્રભુ મહાવીરે આપેલા ઉત્તરોથી સમૃદ્ધ આ સૂત્ર છે. પોતાના વિરોધીઓ દ્વારા કેવા પ્રકારની વિટંબણા ઊભી કરવામાં આવી હતી અને ભગવાન મહાવીરે કેવી અદ્ભુત સમતા રાખી હતી તેની વાત આ સૂત્રમાં કરવામાં આવી છે. મહાવીરના જમાઈ જમાલીની વાત પણ આ સૂત્રમાં આવે છે. ઉપરાંત બીજી એક મહત્વની વાત પ્રભુએ કરી છે. એ સમયે બધાં જ તીર્થંકરોનાં સાધુ-સાધ્વીનો ગણ રંગીન વસ્ત્રો પહેરતો. ભગવાને શ્વેત વસ્ત્રો પહેરવાનો આદેશ કર્યો. ગરમીમાં ગરમ વસ્ત્રોથી વધુ ગરમી લાગે અને શ્વેત વસ્ત્રોથી ઓછી ગરમી લાગે. આ રીતે ભગવાને ગ્લોબલ વોર્મિંગની આગાહી કરી છે કે ભવિષ્યમાં પૃથ્વીનું તાપમાન વધશે.

છઠ્ઠું આગમ : જ્ઞાતાધર્મ કથા

જનસમાજ, ધર્મ અને સદાચારની સમજણ આપતી ભરપુર કથાઓ જ્ઞાતાધર્મકથામાં આવે છે. ભગવાનના સમયમાં ત્રણ કરોડ વાર્તાઓ હતી. એમાંથી મોટા ભાગની લુપ્ત થઈ ગઈ છે પરંતુ વર્તમાનમાં જીવન જીવવાની કળાઓ વિશે, બની ગયેલી ઘટનાઓને વાર્તાઓ

દ્વારા કરવામાં આવી છે. આ સૂત્રમાં મહાપુરુષોના જીવનની સત્ય ઘટનાઓ અને ઔપદેશિક કથાનકોનો વિપુલ સંગ્રહ છે. આ ધર્મકથાઓનું શ્રવણ બાલજીવોને ધર્મપ્રીતિ કરાવનારું બની રહે એવો ઉમદા હેતુ છે. આ કથાઓ જૈન શ્રમાશ્રમણીઓને ધ્યાનમાં રાખીને રચવામાં આવી છે. તેમ છતાં એમ કહી શકાય કે આ સાર્વભૌમિક કથાઓ છે. દરેક ધર્મ અને સંપ્રદાયના અનુયાયીઓ માટે તે અત્યંત પ્રેરણાદાયી છે. તેનું કારણ એ છે કે, પ્રત્યેક ધર્મ અને સંપ્રદાયનું અંતિમ લક્ષ્ય તો કામ, ક્રોધ, લોભ, મદ, મોહ, માયા વગેરે રિપુઓ ઉપર વિજય પ્રાપ્ત કરવાનો છે. જેનાં દ્વારા મોક્ષનો માર્ગ ખુલે છે. એ જ હાર્દ અહીંયાં જૂદી જૂદી દ્રષ્ટાંત કથાઓ દ્વારા રજૂ કરવામાં આવ્યું છે.

દિવસ : 6
સાતમું આગમ : ઉપાસક દશાંગ સૂત્ર

આ સૂત્રમાં દસ શ્રેષ્ઠ શ્રાવકોની શ્રાવકચર્યાનું વર્ણન છે. સંસારમાં રહીને પણ ઉત્કૃષ્ટ જીવન જીવનાર દસ શ્રાવકોનું વર્ણન આ આગમમાં છે. સંસારમાં રહીને સાધના, ત્યાગ કેવી રીતે કરી શકાય, ભગવાનના ઉપાસકો કેવા દ્રઢધર્મી હતા, પ્રિયધર્મી હતાં, ધર્મ પ્રત્યે કેવી રોમરોમમાં શ્રદ્ધા હતી તેનું વર્ણન આ આગમમાં આવે છે.

ભગવાન મહાવીરે જીવન વ્યવસ્થામાં પત્ની, માતા અને પુત્રોનું સ્થાન કેવું હોય છે અને વાનપ્રસ્થાશ્રમ કેવા પ્રકારનો હોય છે તે આ સૂત્રમાં બતાવ્યું છે. જે સંસારમાં રહીને ધર્મની આરાધના કરી આત્મકલ્યાણ કરવા માંગે છે તેમના માટે આગમ અત્યંત હિતકારક છે.

આઠમું આગમ : અંતગડ સૂત્ર

ભગવાન મહાવીરના પૂર્વે અને તેમના સમયમાં પણ કેટલાક સાધકો આત્મસાધના કરીને સિદ્ધિને પામ્યા હતા. આવા અનેક સાધકો સાધનાની ઉત્કૃષ્ટ દશામાં પહોંચે ત્યારે તેમની માનસિકતા કેવી હોય છે? તેમના વિચારોની દશા કેવી હોય છે? તેના આધારે તેમનો પુરુષાર્થ

કેવો હોય છે તેનું વર્ણન અંતગડ સૂત્રમાં છે. આ સૂત્ર આઠ વર્ગોમાં રચાયેલું છે. પ્રથમ વર્ગમાં ગૌતમ કેવલીની કઠોર તપસ્યાનું વર્ણન છે. બીજા વર્ગમાં આઠ અધ્યયન, ત્રીજા વર્ગમાં અણીયસ ગૃહસ્પતિની વાત આવે છે; જેણે શત્રુંજય પર્વત પર જઈને કેવળજ્ઞાન પ્રાપ્ત કર્યાનો ઉલ્લેખ છે. ભગવાન અરિષ્ટ નેમિનો ઉલ્લેખ આ સૂત્રમાં છે.

બીજી એક માર્મિક વાતનો ઉલ્લેખ પણ આ સૂત્રમાં છે. શ્રાવક સુદર્શન "નમો જિણાંણ, જિઅભયાણં" ના જાપ કરે છે. સેંકડો કિલો વજનનું શસ્ત્ર તેનાં પર ફેંકવામાં આવે છે પણ તે શસ્ત્ર તેને વાગતું નથી. કારણ કે શ્રાવક સુદર્શનની આસપાસ એક સુરક્ષા ચક્ર રચાય છે જે તેને બચાવે છે. સહનશીલતાથી સફળતા સુધીનો માર્ગ ભગવાન મહાવીરે આ જ આગમમાં બતાવ્યો છે. આ ઘટનાનું વૈજ્ઞાનિક વિશ્લેષણ કરતાં જણાશે કે, મંત્રજાપ કરવાથી સુરક્ષાનો એક અદ્રશ્ય ફોર્સ રચાય છે જે ધાતુને અંદર પ્રવેશવા દેતું નથી. અને આપણી સહનશીલતાની ક્ષમતાને પણ વિકસાવે છે.

દિવસ : 7

નવમું આગમ : અનુજારોવાઈ સૂત્ર

આ સૂત્રમાં દેહ પ્રત્યેનું મહત્વ ઘટાડતા તપ સાધકોનું દિવ્ય દર્શન કરાવ્યું છે. સાધક જ્યારે સાધનાના ક્ષેત્રમાં આગળ વધે ત્યારે સફળ જ થાય એવું નથી. છતાં પણ અમુક સાધકો અત્યંત કષ્ટોને સહન કરી અને સિદ્ધિ સુધી પહોંચી તેમની સફળતાનો પરિચય આપે છે. આ આગમમાં પરમ શ્રેષ્ઠી ધન્ના અણગારના જીવનનું વર્ણન છે. તપસાધક ધન્ના સંસારનો ત્યાગ કરી આત્માને પામવા માટે અંદરથી જે ઉત્કૃષ્ટ દ્રઢતા કેળવે છે ત્યારે દેહનું મમત્વ છૂટી જાય છે અને શરીર હાડપિંજર બની જાય છે પણ ઊંડી ઉતરી ગયેલી આંખોમાં ચમક છે જે સાબીત કરે છે કે પોતે આત્મસાધક છે. કેવા પ્રકારની તપસ્યા કરવાથી આપણા કર્મોનો ક્ષય થાય છે અને કેવા પ્રકારની તપસ્યા કરવાથી આપણા મોહને આપણે નિર્બળ બનાવી શકીએ છીએ તેનું વિશેષ વર્ણન આ આગમમાં આવે છે. આ સૂત્રમાં અનુત્તર વિમાનોમાં ઉત્પન્ન થનાર

33 પુરુષોના આખ્યાન છે. જૈન ધર્મગ્રંથોમાં અનુત્તર વિમાન નામના સ્વર્ગનું વર્ણન મળે છે. જ્યારે પોતાના દેહ પ્રત્યેનું મમત્વ ઘટે છે ત્યારે જ આત્મજ્ઞાન અને આત્મસિદ્ધિ મળી શકે છે એવો ઉચ્ચત્તમ બોધ આ સૂત્ર દ્વારા મળે છે.

દસમું આગમ : પ્રશ્નવ્યાકરણ સૂત્ર

ભગવાન મહાવીરે અનેક પ્રકારની સિદ્ધિઓ, વિદ્યાઓ, લબ્ધીઓ અને ઊર્જાઓ કઈ રીતે પ્રાપ્ત કરવી, કઈ રીતે પ્રગટ કરવી તેનું વિશેષ વર્ણન આ આગમમાં કરેલું છે. આ આગમનો અર્થ વિદ્યા સંબંધી વ્યાકરણનું વિવેચન, પ્રતિપાદન એવો થાય છે. આ આગમમાં હિંસા, જૂઠ, મૈથુન, પરિગ્રહ, ચોરી એમ પાંચ મહાપાપોનું સવિસ્તાર વર્ણન આવે છે. પ્રાચીન કાળમાં આ આગમમાં અનેક વિદ્યાઓ અને મંત્રોની વાત હતી. પરંતુ એ વિદ્યા કે મંત્રોનો દુરુપયોગ ના થાય, કુપાત્ર એનાં અકલ્યાણ માટે ઉપયોગ ના કરે તેવા આશયથી આ સૂત્રની પ્રાચીન વિદ્યાને ગુરુએ સંગોપી દીધી છે. છતાં પણ એમાં એવાં કેટલાક રહસ્યો રહેલા છે જે આજે પણ સાધકો માટે ગુરુ પરંપરામાંથી યંત્ર, મંત્ર, તંત્ર, જ્યોતિષ વિદ્યા, લબ્ધી અને ચમત્કારિક શક્તિનું પ્રદાન કરનારી છે. આ આગમમાં ભગવાને સકારાત્મક ઊર્જાની પ્રાપ્તિ માટેનું વિશેષ વર્ણન કરેલું છે.

દિવસ : 8
અગિયારમું આગમ : વિપાક સૂત્ર

આ સૂત્રમાં પાપ અને પુણ્યના ફળનું નિર્દેશન હોવાથી તેનું નામ વિપાકસૂત્ર રાખવામાં આવ્યું છે. આ સૂત્રમાં ભગવાને જીવ માટે પાપ કરો તો પીડાની અને સત્કર્મી કરો તો સુખની આમંત્રણ પત્રિકા છે તેમ સમજાવ્યું છે. શાતા વેદનીય કર્મ કેવા પ્રકારે અનુકૂળતાનું કારણ અને અશાતા વેદનીય કેવા પ્રકારે પ્રતિકૂળતાનું કારણ છે તેના પર ઉંડાણ ભરેલું કથા સાહિત્ય આ વિપાક સૂત્રમાં આવે છે. સંસારની અલગ અલગ વૃતિઓ કઈ રીતે વ્યક્તિને પાપ તરફ જોડી દે છે, વ્યક્તિની

• 11 •

સ્વાર્થવૃત્તિ કઈ રીતે કર્મબંધનું કારણ બને છે તેની ઉપર વિશેષ વર્ણન વિપાક સૂત્રમાં બતાવ્યું છે. જો ત્યાગનો માર્ગ અને ત્યાગની ભાવના પોતાની પાસે છે, તો બીજાને કંઈક આપવું, બીજાને કઈ રીતે સહાય કરી શકાય તેમ વિચારવું અને બીજાને સુખ આપવાથી પોતાને પણ સુખ મળશે તેવો ભાવ કેળવવો એવા પ્રકારની ભાવનાઓનું પોષણ આ સૂત્રમાં કરવામાં આવ્યું છે.

ભગવાને સુખ વિપાક અને દુ:ખવિપાક આ બે પ્રકારની અનુભૂતિઓથી સાધકો કઈ રીતે પર રહી શકે તેની સમજણ આ સૂત્રમાં આપી છે. કર્મ ફળના કારણે અજ્ઞાની જીવો અનુકૂળતામાં કેવા આનંદિત અને પ્રતિકુળતામાં કેવા પીડિત થાય છે તેની સમજણ પણ આ સૂત્રમાં આપવામાં આવી છે. વિપાક સૂત્રથી ભગવાને માનવીની આંખ ખોલી નાખી છે. તેઓ કહે છે જો તું પાપથી જોડાયેલો રહીશ તો તું પાપને નહીં પણ પીડાને આમંત્રણ આપે છે. પણ જ્યારે તું બીજાને સુખ આપીશ ત્યારે તું સ્વયંની અનુકૂળતાને આમંત્રણ આપે છે એવો વિશેષ બોધ આ આગમમાં આપવામાં આવ્યો છે.

આજે સંવત્સરી છે. ક્ષમાપનાનો દિવસ. આજે જાણતા કે અજાણતાં કોઈના હૃદયને મન, વચન અને કાયાના યોગથી દુ:ખ પહોંચાડ્યું હોય કે પછી કોઈ જીવને હાની પહોંચાડી હોય તો ખરા મનથી, બીજીવાર આવી ભૂલ નહિ થાય એવા સંકલ્પ સાથે ક્ષમા માંગું છું.

2
2023

દિવસ : 1

આજે પર્યુષણપર્વનો પહેલો દિવસ છે. પર્યુષણનો એક અર્થ છે પરિવસન અર્થાત નિકટ રહેવું. આત્માની સમીપ રહેવું. આપણે જીવનનો મોટો ભાગ શરીર સમીપ ગાળીએ છીએ. શરીરનું સુખ, સમૃધ્ધિ અને આનંદ મેળવવા પાછળ આપણા આત્માને ઓળખવાનું યાદ આવતું નથી. આત્માને ઓળખવા આત્મનિરીક્ષણ કરવું જરુરી છે. તેના માટે એકાંત અને શાંતિ જરુરી છે. આ આઠ દિવસ ધાર્મિક પ્રવૃત્તિઓ કરીને જીવનને આધ્યાત્મિકતાના રસ્તે વાળવાનો પ્રયત્ન કરવાનો છે. શાસ્ત્રોમાં શ્રાવકના પાંચ કર્તવ્યમાં એક કર્તવ્ય ચૈત્યપરિપાટી છે. ચૈત્યપરિપાટી એટલે પર્વના દિવસોમાં એક તીર્થ સ્વરૂપ ચૈત્ય (દેરાસર)નો ભાવ રાખવો અને વર્ષ દરમિયાન શહેર બહારના તીર્થોની યાત્રા કરવાથી માનસિક શાંતિ મળે છે. તીર્થયાત્રાનો ઉદ્દેશ કેવળ ધર્મસાધના નથી, પરંતુ વ્યહારિક પણ છે. નિશિથ ચુણીમાં કહેવાયું છે એક જ ગામમાં રહેવાથી દ્રષ્ટિ ફૂપમંડૂક (ફૂવામાંના દેડકા જેવી) થઈ જાય છે. એટલે યાત્રા કરવાથી જે તે ગામના લોકોની રહેણીકરણી અને પ્રકૃતિ (પહાડો અને નદીઓ) સાથે તાદાત્મ્ય જળવાય છે. કલ્યાણક ભૂમિઓના દર્શન કરીને અન્ય સાધર્મિકોને મળાય છે અને પરસ્પર આદાન-પ્રદાન તથા દાનના લક્ષણો કેળવાય

છે. આ દિવસો દરમિયાન આપણે જુદા જુદા તીર્થની વાત કરીશું. તારે તે તીર્થ છે અને તીર્થનું નિર્માણ કરે તે તીર્થંકર છે. તીર્થ મંદિર કે ધર્મનું કેન્દ્ર નથી પણ જીવંત સંસ્કૃતિ છે. દર્શન કરવા ઝટપટ જઈને ઝટપટ આવી જવું એ બાહ્યયાત્રા છે, તેનાથી કશો લાભ નથી. શાંતિથી દેરાસરમાં જઈને પ્રતિમાજીના સ્વરૂપને જોવું, તેમાં અત્યંત વેગે વહેતો ચૈતન્ય પ્રવાહ માણવો એ આંતર યાત્રા છે. એમાં વહેતું ચૈતન્ય એનું સૂક્ષ્મ સ્વરૂપ છે. આપણા શહેરના કેટલાય દેરાસરો આજે પણ તીર્થ જેટલું જ મહત્વ ધરાવે છે. અમદાવાદની સ્થાપના સમયથી આજ દિન સુધી ભવ્યાતિભવ્ય દેરાસરો બંધાતા ગયા છે અને શહેર સમૃધ્ધ થતું રહ્યું છે. પહેલાં તો પોળોમાં જ જીવન હતું એટલે ત્યાંના દેરાસરો પ્રાચીન અને ભવ્યની કક્ષામાં આવી જાય છે. ધીમે ધીમે લોકો નદી પાર વસતા ગયા અને બહાર પણ ભવ્ય દેરાસરો બંધાતા ગયા છે. છતાં પણ પોળ વિસ્તારના કેટલાય દેરાસરોનું મહત્વ આજે પણ ઘટ્યું નથી. પતાસા પોળ પાસે મોટા મહાવીર, દોશીવાડાની પોળમાં અષ્ટાપદજી, ઝવેરીવાડમાં સંભવનાથની ખડકીમાં સંભવનાથજી, જગવલ્લભ શાંતિનાથ, તેની સામે પાંજરાપોળ જતાં મૂલેવા શાંતિનાથ, દરિયાપુર દરવાજા બહાર હઠીભાઈની વાડી, ધીકાંટા શંખેશ્વર શાંતિનાથ અને સમેતશિખરજીની પોળમાં લાકડાનું સમેતશિખરની રચના કાઢેલું સમેતશિખરનું દેરાસર પર્યુષણના ધાર્મિક દિવસોમાં વિશેષ ખેંચાણ ધરાવે છે. આ દેરાસરોમાં પ્રાચીન સમયના સ્પંદનો એટલા ગાઢ છે કે ત્યાં ઊભા રહીને બે હાથ જોડીએ એટલે આત્મસુધ્ધિનો ભાવ જન્મે છે અને ઉત્તમ ભાવનાનું બીજ મનમાં રોપાય છે.

પશ્ચિમ અમદાવાદમાં અત્યંત ખેંચાણ ધરાવતા દેરાસરોમાં ધરણીધર, સી.એન. વિધાલય, પ્રેરણાતીર્થ અને છેલ્લા થાડા વર્ષોમાં બંધાયેલ શાંતિગ્રામ ખાતે આદેશ્વરદાદાનું અને પાર્શ્વ લક્ઝુરિયા ખાતે પાર્શ્વનાથનું દેરાસર ભારે લોકપ્રિયતા પામી ચૂક્યા છે. જો કે જ્યાં જઈએ ત્યાં ભગવાન તો એક જ છે છતાં પણ અમુક દેરાસરો અદમ્ય ખેંચાણ ધરાવે છે.

દિવસ : 2

જીવનશુધ્ધિ માટે અમારિપ્રવર્તન ધણું મહત્વનું છે. દરેક જીવને પોતાના જીવ સમાન ગણવો જોઈએ. જેમ આપણા આત્માને સુખ પસંદ છે અને પીડા કે મૃત્યુ પસંદ નથી તેમ દરેક આત્માને સુખ પસંદ છે, પીડા કે મરવું પસંદ નથી. માટે કોઈ પણ જીવને મારવો નહિ કે પીડા આપવી નહિ અને મરતો હોય એને બચાવવાનો પ્રયત્ન કરવો, તેમજ પીડામાં હોય તો શાતા આપવી તેનું નામ અમારિપ્રવર્તન છે. નમો જિણાણં જિય ભણાણં અર્થાત જીવો અને જીવવા દો.

પાલીતાણા

પાલીતાણા માટે તો એવું કહેવાય કે ભાગ્યે જ કોઈ એવું હોય જેણે પાલીતાણાની યાત્રા ના કરી હોય. શાસ્ત્રો અનુસાર આ તીર્થને શાશ્વતતીર્થ માનવામાં આવે છે. વર્તમાન ચોવીસીના 23 તીર્થંકરોએ અહીંની યાત્રા કરી છે. જૈન સાહિત્યમાં શત્રુંજયના મહિમા વિશે અનેક અદ્ભૂત દંતકથાઓ, ઉલ્લેખો અને વર્ણનો મળે છે. આ પહાડ પર અનેક દિવ્ય ઔષધીઓ તથા જળકુંડોના શીતળ જળમાં રોગ હટાવવાની દિવ્ય શક્તિ છે. આ તીર્થની અદીઠીગુફાઓમાં દેવ-દેવીઓનો વાસ છે. નૈસર્ગિક સૌંદર્યથી ભરપુર એવું આ તીર્થસ્થળ જેની ભવ્યતા,વિશાળતા અને ખાસ તો અપરંપાર મહિમાનું વર્ણન શબ્દોમાં કરવું મુશ્કેલ છે. આ તીર્થનું અદ્ભૂત શિલ્પ સ્થાપત્ય જૈનોના સમૃધ્ધ કલાવૈભવની ઝાંખી કરાવે છે. આ નગર પરમ પ્રભાવક સમર્થ જૈનાચાર્ય શ્રી પાદલિપ્તસૂરિજીના શિષ્ય નાગાર્જુને વસાવ્યું હેવાથી તેમના ગુરુના નામ પરથી પાલીતાણા નામ પડ્યું છે એવા ઉલ્લેખો મળે છે.

અહીં નવ ટૂંકો (મંદિરોનો સમૂહ) છે તે ઉપરાંત મૂળનાયક આદેશ્વર ભગવાનની મુખ્યટૂંક છે. આ ઉપરાંત ઘેટીની પાગ રાયણ પગલાં સ્થળો છે. તળેટીમાં મહાવીરસ્વામી સમોવસરણ દેરાસર કલાત્મકરીતે

બનાવવામાં આવ્યું છે જેમા પાર્શ્વનાથ ભગવાનની 108 પ્રતિમાઓ છે. આદેશ્વર ભગવાને આ સિધ્ધાચલ પર્વત ઉપર પૂર્વ નવ્વાણું વા જાત્રા કરી હોવાથી આજે પણ નવ્વાણુ યાત્રા કરવાનું ખૂબ મહત્વ છે. તે ઉપરાંત છઠ કરીને સાત યાત્રા કરવાથી મોક્ષે જવાય છે એવી માન્યતા પ્રચલિત છે અને ખૂબ લોકો આજે પણ છઠ્ઠ કરીને સાત યાત્રા કરે છે. અહીં વિધિ સહિત યાત્રા કરવાનું પણ મહત્વ છે. આ તીર્થના 108 નામો આપવામાં આવ્યા છે. આ તીર્થનો મહિમા બતાવતા અનેક શાસ્ત્રોમાં જણાવ્યું છે કે અન્ય તીર્થમાં જઈને ઉત્તમ ધ્યાન, દાન, શીલ, પુજન વગેરે કરવાથી જે ફળ મળે છે તેનાથી અનેકગણું ફળ માત્ર શત્રુંજય તીર્થની કથા સાંભળવાથી મળે છે.

શંત્રુંજા સમો તીરથ નહિ, ઋષભ સમો નહિ દેવ
ગૌતમ સરિખા ગુરુ નહિ, વળી વળી વંદુ તેહ.

આ અનુભૂતિ શત્રુંજયની યાત્રા કરતાં દરેક યાત્રાળુની છે.

દિવસ : 3
અનેકાંતવાદ/ગિરનાનાર

અનેકાંતવાદનો અર્થ થાય છે સત્ય એક છે પરંતુ તેના સ્વરૂપ અનેક હોઈ શકે છે. એ સ્વરૂપોનું જુદી જુદી અપેક્ષાએ દર્શન કરાવવું તે અનેકાંત છે. આપણાં વિચારોમાં પણ અનેકાંતવાદનું પ્રવર્તન હોવું જોઈએ. અનકાંતવાદ કહે છે કે પોતાના મંતવ્યોનું તટસ્થતાથી અને બીજાના મંતવ્યોની આદરપૂર્વક વિચારણા કરવી જોઈએ. અનેકાંતમાં બે શબ્દો છે, એક છે અનેક અને બીજો છે અંત. અનેકનો અર્થ અધિક થાય છે અને અંતનો અર્થ ધર્મ કે દ્રષ્ટિ થાય છે. કોઈપણ વસ્તુતત્વનું ભિન્ન દ્રષ્ટિએ પર્યાવલોકન કરવું તે અનેકાંત છે. જગતની મોટાભાગની લડાઈ હું જ સાચો એવા હઠાગ્રહથી થાય છે. બીજાની પણ વાત સાંભળવી જોઈએ અને બીજાનો દ્રષ્ટકોણ સમજવાનો પ્રયત્ન કરવો જોઈએ. સત્ય એક છે પણ તેના સ્વરૂપ અનેક હોઈ શકે છે. પોતાનું મમત્વ છોડીને સત્યનો અંશ તારવવામાં આવે તો જગતમાંથી

મોટાભાગના સંઘર્ષ ટળી જાય એમ અનેકાંત કહે છે.

ગુજરાતના સૌરાષ્ટ્રમાં બે જૈન મહાતીથી આવેલા છે એક શત્રુંજય અને બીજો ગિરનાર. ગિરનાર પર્વત ગુજરાતનો સૌથી ઊંચો પર્વત છે. વર્તમાન ચોવીસીના 22માં તીર્થંકર શ્રી નેમિનાથ ભગવાનના દીક્ષા, કેવળજ્ઞાન અને નિર્વાણ કલ્યાણકો અહીં થયાના ઉલ્લેખો ઉત્તરાધ્યયન સૂત્ર, જ્ઞાતાધર્મકથા, દશાશ્રુતસ્કંધ અને આવશ્યકસૂત્ર વગેરે આગમોમાંથી મળે છે. કહેવાય છે કે આવતી ચોવીસીમાં ચોવીસે ચોવીસ તીર્થંકરો અહીંથી મોક્ષ મેળવશે. એક માનયતા અનુસાર શ્વેતાંબર દેરાસરમાં બિરાજમાન નેમિનાથ ભગવાનની પ્રતિમા ગઈ ચોવીસીના તીર્થંકર શ્રી સાગરના ઉપદેશથી પાંચમા દેવલોકના ઈન્દ્રે ભરાવી હતી જે ભગવાન નેમિનાથના સમય સુધી ઈન્દ્રલોકમાં પૂજાયા બાદ શ્રી કૃષ્ણને પ્રાપ્ત થઈ હતી. દ્વારિકા નગરી ભસ્મ થઈ ગયા બાદ વર્ષો પછી રત્નાશા નામના શ્રાવકને પુણ્યયોગે તેમની તપશ્ચર્યા અને અનન્ય ભક્તિના કારણે શ્રી અંબિકાદેવીએ (જેમણે વર્ષો સુધી આ પ્રતિમાજીને સુરક્ષિત રાખ્યા હતા) પ્રસન્ન થઈને સોંપ્યા અને રત્નાશા દ્વારા પુનઃપ્રતિષ્ઠા કરવામાં આવી છે. કહેવાય છે કે લગભગ 85000 વર્ષ જૂના આ પ્રતિમાજી આ પવિત્ર સ્થળે બિરાજમાન છે. શ્રી નેમિનાથ ભગવાનના જિનાલયના પ્રાંગણમાં પ્રવેશ કરતાં જ વિશાળ અને ભવ્ય શિખરબંધી જિનાલયના દર્શન થાય છે. શ્રી નેમિનાથ ભગવાનની શ્યામ મનોહર 61"ની પ્રતિમાના દર્શન કરતાં મન ભાવવિભોર બને છે. અહીં પણ ઘણી નાની નાની ટૂંકો આવેલી છે. અને તે દરેક ટૂંકનો રસપ્રદ ઈતિહાસ છે. આ ટૂંકોના દર્શન કરતાં કરતાં 1200 પગથિયા નીચે ઉતરીએ એટલે સહસાવન આવે છે. આ ભૂમિ પ્રભુ નેમિનાથની દીક્ષા અને કેવળજ્ઞાન કલ્યાણકની ભૂમિ છે. અહીંની અતિ પ્રાચીન દેરીઓમાં ભગવાનના પગલા પધરાવેલા છે. અહીં દર્શન કરીને પાછળ ગિરના વનપ્રદેશમાં ઉતરી જવાય છે.

દિવસ : 4
અપરિગ્રહ/શંખેશ્વર-તારંગા તીર્થ

અપરિગ્રહને સમજવા માટે પહેલા પરિગ્રહને સમજવો જરૂરી છે. પરિગ્રહનો અર્થ થાય છે-માલિકપણાની ભાવના (પઝેસીવનેસ). પરિગ્રહમાં સૂક્ષ્મ હિંસા સમાયેલી છે. વસ્તુઓ જેમ કે મકાન, મોટર, કપડાં, દાગીના, વગેરે પર માલિકીભાવ અને વ્યક્તિઓ જેવી કે પતિ પત્ની, પુત્ર, નોકર વગેરે પર માલિકીભાવ રાખીએ છીએ એ સ્વામીત્વપણાનો ગુણ છે. ઓશો કહે છે અપરિગ્રહનો અર્થ વસ્તુઓ અને સંબંધોનો ત્યાગ એવો નથી. સંપત્તિમાં ભલે વધારો થાય પણ માલિકીભાવ ના થવો જોઈએ. આ વિશાળ ઘર કે બંગલો મારો છે પણ તેનો માલિક હું એકલો નથી પણ એમાં વસતા સ્વજનોનો પણ છે. પત્ની મારી છે, દીકરો મારો છે, નોકર મારો છે પણ મારા ગુલામ નથી. આમ નિર્લેપભાવે જીવવું એ અપરિગ્રહ છે. સંપત્તિ આપણી સંબંધો આપણા પણ ના ત્યાગ ના પકડ- આ ભાવ જ્યારે મનમાં ઉત્પન્ન થાય છે ત્યારે અપરિગ્રહ મનમા ફલિત થાય છે.

શંખેશ્વરતીર્થ માટે દંતકથા એવી છે કે ગઈ ચોવીસીના નવમા તીર્થંકરના સમયમાં આ તીર્થમા બિરાજમાન પ્રતિમા બનાવડાવવામાં આવી હતી. અને અષાઢી શ્રાવક પોતાની પાઘડીમાં રાખતા હતા. દેવતાઓ એમની પાસેથી પૂજા કરવા લઈ જતા હતાં. જૈન ગ્રંથોના ઉલ્લેખ અનુસાર પ્રાચીનકાળમાં ત્યાર બાદ દેરાસર બંધાવીને આ પ્રતિમા બિરાજમાન કરવામાં આવી હતી તે દેરાસરના ખંડેરો આજે પણ નવા દેરાસરજી પાસે વિદ્યમાન છે. જરાસંઘ અને શ્રીકૃષ્ણના યુધ્ધ વખતે આ પ્રભુ પ્રતિમાના ન્હવણ જળ (નમન)ના છાંટણા કરવાથી સેનાનો ઉપદ્રવ શાંત થયો હતો અને સેના નવપલ્લિત થઈ હતી. ભગવાન શ્રી કૃષ્ણે રણમાં વિજયભેરી સમો શંખનાદ કર્યો હતો ત્યારથી આ તીર્થ શંખેશ્વર પાર્શ્વનાથ તરીકે ઓળખાય છે.

આ તીર્થનો મહિમા અપરંપાર છે. સામાન્ય રીતે તીર્થનું વિભાજન ત્રણ સ્વરુપમાં થાય છે. (1) કલ્યાણક ક્ષેત્ર (2) નિર્વાણ ક્ષેત્ર (3) અતિશય ક્ષેત્ર. આ ત્રણ સ્વરુપના આધારથી વિચાર કરીએ તો શંખેશ્વર તીર્થ નિશ્ચિતરુપે કલ્યાણકક્ષેત્ર નથી, ના તો નિર્વાણ ક્ષેત્ર છે કે પછી ના તો

એવી ભૂમિ છે કે જ્યાંથી કોઈ મોક્ષે ગયું હોય. છતાં પણ સાંપ્રતકાળમાં પાર્શ્વનાથ ભગવાન પ્રત્યે સેવાપૂજા અને દર્શનાદિ શ્રધ્ધા વધી હોવાથી અહીં સાધુ, સાધ્વી, અને ભાવિકોની પુષ્કળ અવરજવર રહે છે. માગસર વદ 9-10-11નો અઠ્ઠમ આ તીર્થમાં કરવાનો ભારે મહિમા છે.

તારંગાતીર્થનું જિનાલય 12મી સદીમાંસોલંકી સમ્રાટ ગજરેશ્વર કુમારપાળ દ્વારા તેમના પરમ પ્રભાવક ગુરુ કલિકાલ સર્વજ્ઞ શ્રી હેમચંન્દ્રસુરિજીના પ્રતિબોધથી નિર્માણ પામેલું છે. આ દેરાસરના શિખરોની ઊંચાઈ, કલા અને રંગમંડપ જોવાલાયક છે. દેરાસરની દક્ષિણમાં કોટિશિલા નામનું સ્થળ છે જ્યાંથી અનેક મુનિગણો ઘોર તપસ્યા કરીને મોક્ષે સિધાવ્યા છે. અહીં બિરાજમાન અજિતનાથ ભગવાનની 206 મીટર ઊંચી ભવ્ય અને વિશાળ પ્રતિમાના દર્શન અલૌકિક છે. 13મી સદીમાં તો આ તીર્થ ખ્યાતી પામી ચૂક્યું હતું. 14મી સદીની શરુઆતમાં થયેલા મુસ્લિમ આક્રમણ વખતે મોટાભાગના જૈન તેમ જ હિંદુ મંદિરો ખંડિત થયાં હતાં જેમાં આ જિનાલય બચી શક્યું નહોતું. 17મી સદીમાં આ મંદિરનો જિણોધ્ધાર કરવામાં આવ્યો ત્યાર બાદ તેના અનેકવાર જિણોધ્ધાર કરવામાં આવ્યા છે. 19મી સદીમાં જિનાલયના પ્રાંગણમાં બંધાયેલા નાના મંદિરોમાં અષ્ટાપદ, નંદિશ્વર, સહસ્ત્રકુટ આદિની સ્થાપનાઓ કરેલી છે. મૂળ પ્રાસાદની ઊંચાઈ 125 થી 130 ફીટ જેટલી છે. જિનાલય અંદરથી સાદું છે પણ બહારથી ખૂબ સુંદર છે. મંદિરની શિલ્પ સમૃઘ્ધિ ઉત્તમ કોટિની છે.

દિવસ : 5
મહાવીર જન્મવાંચન/સમેતશિખરજી અને પાવાપુરી

આજે સૌને ગમતો અને સૌથી વધારે ઉજવાતો દિવસ ભગવાન મહાવીરના જન્મવાંચનનો દિવસ છે. દેરાસરોમાં ભવ્ય આંગી થાય છે. ભારે ઉત્સાહ અને દબદબા સાથે ત્રિશલામાતાને ભગવાનના જન્મપૂર્વે આવેલા 14 સ્વપ્નો ઉપાશ્રયમાં ઉતારવામાં આવે છે. અહિંસા, અપરિગ્રહ, અને અનેકાંતવાદ પ્રભુએ જગતને આપેલી અનુપમ ભેટ છે. મન, વચન અને કાયાના યોગથી થતી હિંસા કેવી રીતે રોકવી તેનું સૂક્ષ્મ અધ્યયન પ્રભુએ કરેલું છે. હિંસા એટલે માત્ર કોઇને હાની

પહોંચાડવી એ જ નથી પરંતુ કોઈને કટુ વચન કહેવા અથવા ગાળ દેવી એ પણ હિંસા જ છે. આપણાં દરેક તીર્થંકર રાજા હતા, લખલૂટ સંપત્તિના માલિક હતા છતાં પણ સમાજના ઉધ્ધાર માટે વૈભવનો ત્યાગ કર્યો અને ઉગ્ર તપશ્ચર્યા કરી તીર્થંકર પદ પામ્યા. તેમના મુખ અને આંખોમાંથી અપાર કરુણા અને શાંતિ ભક્તો પર વરસી રહી હોય એમ અનુભવાય છે. દરેક પ્રતિમાજી શરીરનું નહિ પણ ગુણોનું પ્રતિનિધિત્વ કરે છે અને એ ગુણોનું સન્માન આપણે ભવ્ય આંગી રચીને કરીએ છીએ.

બિહારમાં મધુબન ગામ પાસે લગભગ 4500 ફૂટની ઊંચાઈ પર પાર્શ્વનાથ પહાડ આવેલો છે તે સમેતશિખરજી તીર્થ તરીકે ઓળખાય છે. વર્તમાન ચોવીસીમાંથી 20 તીર્થંકરો અહીં મોક્ષપદ- નિર્વાણ પામ્યા છે. તળેટીમાં ભોમિયાજીનું મંદિર છે જે અહીંના રક્ષકદેવ તરીકે મહત્વનું સ્થાન ધરાવે છે. આ પહાડ પર ચઢતા 6 માઇલ થાય છે, જૂદી જૂદી ટૂંકોના દર્શન કરતાં 6 માઇલ થાય છે અને નીચે ઉતરતાં 6 માઇલ એમ 18 માઇલની યાત્રા થાય છે. સૌ પ્રથમ મહાવીરસ્વામીના પ્રથમ ગણધર ગૌતમસ્વામીની ટૂંક છે. લગભગ બધી ટૂંકો પર દર્શનાર્થે ચરણપાદુકાઓ સ્થાપિત છે. છેલ્લી 31મી ટૂંક શ્રી પાર્શ્વનાથ ભગવાનની છે. આ જ સ્થળ તેમની નિર્વાણ ભૂમિ છે. આ પહાડ વનરાઈઓથી ભરેલો શાંત અને રમણીય છે. પ્રાચીન મગધનું આપાપા નગર અત્યારે પાવાપુરી તરીકે ઓળખાય છે. શ્રી મહાવીરસ્વામી અહીં નિર્વાણ પામી મોક્ષપદ પામ્યા છે. ભગવાનની પ્રથમ દેશના પણ અહીં જ થઈ હોવાનું મનાય છે. અહીં સુંદર જળ-મંદિરનું નિર્માણ થયું છે. મહાવીરસ્વામીનું નિર્વાણ કલ્યાણક હોવાથી સમેતશિખરની યાત્રા કરવા આવતા યાત્રાળુઓ આ સ્થળની પણ અવશ્ય યાત્રા કરે છે.

દિવસ : 6
ગણધરવાદ/ગુણિયાજી તીર્થ/દેલવાડા.

આજે ગુરુ ગૌતમસ્વામીને યાદ કરવાનો દિવસ છે. ગૌતમસ્વામી

ભગવાન મહાવીરના પ્રથમ ગણધર હતા. તેઓ પોતે અનંત લબ્ધીઓના સ્વામી હતા, જ્ઞાનના મહાસાગર હતા, સરસ્વતીદેવીના પ્રિય હતા છતાં પણ તેમનામાં ભારોભાર નમ્રતા હતી. અન્યની શંકાના નિવારણ માટે પોતાના જ્ઞાનનો ઉપયોગ કર્યા વગર ભગવાનને પૂછીને જ સમાધાન મેળવતા. ગુરુ વિનય અને ગુરુ ભક્તિનો પરમ આદર્શ હતા. જીવનમાં ગુરુનો મહિમા અપરંપાર છે. મનમાં ગૂંચ વળી ગઈ હોય અને તેને લીધે મનમાં ઉદ્વેગ રહેતો હોય તો વાત્સલ્યભાવથી એ ગૂંચને ઉકેલવાની દ્રષ્ટિ આપે તે ગુરુ છે. અજ્ઞાનરૂપી અંધકારમાં જ્ઞાનરૂપી પ્રકાશ ફેલાવે તે ગુરુ છે. અત્યારે સમય બદલાયો છે. ગુરુ શિષ્યના સંબંધો પણ બદલાયા છે. સાધુ જ ગુરુ હોવા જોઇએ એ જરુરી નથી. જેની પાસે હળવા થઈને મનની વાત નિખાલસતાથી કરી શકીએ અને એ વ્યક્તિ પણ સાચી સલાહ આપી આપણને માર્ગ બતાવે તે ગુરુ છે. પછી ભલેને તે માતા, પિતા, પતિ પત્ની. મિત્ર હોય પણ તેનાથી લાભ અવશ્ય થાય છે. તેમના પ્રત્યે આદરભાવ રાખવો એ આપણું પરમ કર્તવ્ય છે. એ જ શ્રેષ્ઠ વિનયધર્મ છે.

ગુણશીલ ચૈત્યમાં ભગવાન મહાવીર વિચર્યા છે અને સમોવસરણ રચાયું છે તેવા ઉલ્લેખો શાસ્ત્રોમાં મળે છે. એક મત અનુસાર ગણધર શ્રી ગૌતમસ્વામીએ આ સ્થળે કેવળજ્ઞાન પ્રાપ્ત કર્યું છે. કેવળજ્ઞાન થયા પછી પોતાના જીવનના 93 વર્ષ સુધી જૈન ધર્મનો પ્રચાર-પ્રસાર કર્યો છે. જ્યારે પોતાના જીવનનો અંત નજીક જોયો ત્યારે અહીં આવીને અનશનની તપસ્યા કરતાં મોક્ષપદ પામ્યા છે. આ તેમનું સમાધી સ્થળ છે અને ગુણશીલમાંથી અપભ્રંશ થઈને ગુણીયાજી તીર્થ થઈ ગયું છે. આબુ પર આવેલા દેલવાડાના મંદિરો, અઝાહરા પાર્શ્વનાથ તીર્થની પંચતીર્થીમાંનું એક ગણાય છે. તેનો પ્રાચીન ઇતિહાસ ખાસ મળતો નથી. નવમી સદીના અંતમાં પોરવાડ જ્ઞાતિના મંત્રીશ્વર વિમલના પૂર્વજ ભિન્નમાલથી ગુજરાત આવીને વસેલા. રાજા વનરાજ ચાવડાના એ સન્માનિય પુરુષ હતા. એમના પૌત્ર મૂળરાજના મંત્રી મડળમાં વિમલનું સ્થાન હતું. એકવાર વિમલને પૂર્વે કરેલા યુધ્ધો નિમિત્તે સંચિત થયેલા પાપોનું પ્રાયશ્ચિત કરવાની ઈચ્છા થઈ. આચાર્ય ધર્મધોષસૂરિએ પ્રાયશ્ચિતરૂપે અને ખાસ તો મનની સાંત્વના અર્થે

અર્બુદગિરિ ઉપર જિનાલયનું નિર્માણ કરવાનો ઉપદેશ આપ્યો. વિમલ અંબિકાદેવીના પરમ ભક્ત હતા. તેમણે દેવીની આરાધના કરીને ઘણાં વિઘ્નો(પોતે નિઃસંતાન હતા) અને આપત્તિઓ (જગ્યાની માલિકી બ્રાહ્મણોની હતી)નો સામનો કરીને યુગાધિદેવ આદિનાથનું ભવ્ય જિનાલય બંધાવ્યું અને ધર્મઘોષસૂરિના હસ્તે પ્રતિષ્ઠા કરવામાં આવી હતી જે વિમલવસહી તરીકે ઓળખાય છે. એની બાજુમાં આવેલું લુણવસહી ગુજરાતના મહા અમાત્ય વસ્તુપાલ-તેજપાલે કરોડો રુપિયા ખર્ચીને બંધાવ્યું છે જેમાં મૂળનાયક નેમનાથ ભગવાન છે. તેમાં ઉત્કૃષ્ટ કોતરણી ધરાવતા દેરાણી-જેઠાણી નામના ગોખલા મંદિરની અનોખી વિશેષતા છે. આ જૈન મંદિરો તેના બેનમુન કલાસ્થાપત્યના લીધે જગતના નકશા પર અનોખુ સ્થાન ધરાવે છે.

દિવસ : 7
તપનો મહિમા/રાણકપુર

પર્યુષણમાં તપનો મહિમા ખૂબ છે. આ આઠ દિવસમાં છઠ્ઠ અને અઠ્ઠમ કરવાનું મહત્ત્વ ઘણું છે. અઠ્ઠાઈ તપ (આઠ દિવસના ઉપવાસ) બાળકોથી માંડીને મોટેરાઓ થઈ શકે અમ હોય તો કરે જ છે. જૈન દર્શનકારોએ તપને શ્રેષ્ઠ અનુષ્ઠાન કહ્યું છે. તપ કરવાથી આત્મશુધ્ધિ તથા દેહશુધ્ધિ થાય છે. જો કે યથાશક્તિ તપ કરવાનું પણ કહ્યું છે. જેનાથી ઉપવાસ ના થાય તો આયંબિલ કરી શકે છે, એ ના થાય તો એકાસણું કે બેસણું પણ કરી શકાય અને જો આમાંનું કંઈ જ કરી ના શકાય તો સામાયિક અને નવકારવાળી પણ ગણવાનું કહ્યું છે. તપ અને સ્વાધ્યાય શ્રેષ્ઠ ધ્યાન છે જે આત્માને ઉચ્ચ કક્ષાએ લઈ જાય છે.

રાણકપુર તીર્થ રાજસ્થાનના રાજસમંદજિલ્લામાં અરવલ્લીની પશ્ચિમબાજુની ખીણમાં ગાઢ વનરાજીઓથી વીંટળાયેલું અનુપમ તીર્થ છે. અહીં મૂળ નાયક આદેશ્વર ભગવાન બિરાજમાન છે. આ ચૌમુખજી જિનાલય ધરણ વિહાર તરીકે ઓળખાય છે. આ તીર્થ અદભૂત કલા સૌંદર્ય અને શિલ્પ સમૃધ્ધિ ધરાવે છે. અહીં બે મોટા ઘંટ નર અને માદા છે જેનું વજન 500 કિલો છે. સાંજે આરતી થાય ત્યારે તેનો

ઘંટારવ આજુબાજુના ગામો સુધી સંભળાય છે અને જિનાલયમાં બેઠા હોઈએ ત્યારે દિવ્યતાની અનુભૂતિ થાય છે. આદેશ્વર ભગવાન પ્રથમ તીર્થંકર,પ્રથમ રાજા, પ્રથમ સાધુ અને પ્રથમ જિન છે. તેમની શ્વેત આરસની 51"ની ભવ્ય પ્રતિમા ચાર દિશામાં પરિકર સાથે દ્રષ્ટિગોચર થાય છે. આ તીર્થનું નિર્માણ યુગ પ્રધાન આચાર્ય શ્રી સોમસૂરિશ્વરજીની પ્રેરણાથી થયું છે. તે સમયે રાજ કરતા રાણા કુંભાના મંત્રી ધરણાશામાં નાનપણથી જ ધાર્મિકવૃત્તિ જાગૃત થઈ હતી. તેથી બહુ નાની ઉંમરે ઘણાં વ્રતો ધારણ કરવાનું, તીર્થયાત્રા કરવાનું અને દાન-પુણ્ય કરવાનું સૌભાગ્ય પ્રાપ્ત થયું હતું. શત્રુંજયની યાત્રા કર્યા પછી આદેશ્વર ભગવાનનું ભવ્ય જિનાલય બંધાવવાની તેમને ભાવના થઈ હતી. તેમને સ્વપ્નમાં નલિનીગુલ્મ વિમાન જેવું જિનાલય દેખાયું હતું અને એવું જ જિનાલય બંધાવવાનો તેમણે સંકલ્પ કર્યો હતો.કહેવાય છે એમની ભાવના સાત માળનું ભવ્ય મંદિર બનાવવાની હતી. પરંતુ પોતાના આયુષ્યનો અંતકાળ નજીક સમજી ત્રણ માળનું મંદિર પૂર્ણ થતાં જ એમણે શ્રી સોમસુંદરસિરિશ્વરજીને વિનંતી કરીને વિ.સં. 1496માં એમના શુભ હસ્તે ભવ્ય પ્રતિષ્ઠા કરાવી હતી.એક માન્યતા અનુસાર 99 લાખના ખર્ચે, 2500 શિલ્પીઓના હસ્તે અને 63 વર્ષના અથાગ પરિશ્રમથી આ મંદિરનું નિર્માણ થયેલ છે. રાણકપુર તીર્થના નિર્માણ પછી મોગલ સમ્રાટ ઔરંગઝેબના આક્રમણના પરિણામે આ તીર્થ અતીતમાં વિલિન થઈ ગયું હતું. એની આસપાસ ગીચ ઝાડી ઉગી ગઈ, રસ્તા વિકટ બન્યા અને જંગલી પશુઓ તથા પુષ્કળ સપોના ઉપદ્રવના કારણે આ સ્થળ વેરાન બની ગયું, એક સમયનું ભવ્ય મંદિર કબૂતરો અને ચામાચિડિયાનું નિવાસસ્થાન અને ચોર ડાકુઓને સંતાવાનું સ્થળ બની ગયું. આ મંદિર ઉપર કાર્યદક્ષ અને દીર્ઘ દ્રષ્ટિ પ્રતિભા ધરાવતા આણંદજી કલ્યાણજી પેઢીના પ્રમુખ શ્રી કસ્તુરભાઈ લાલભાઈની નજર પડી. અને પેઢી વતી તમણે આ તીર્થના જિણોધ્ધારની જવાબદારી ઉપાડી લીધી. એ સમયના કુશળ શિલ્પીઓ અને આધુનિક સ્થાપત્યના જાણકારોએ પોતાની મહેનત, ખંત અને કસ્તુરભાઇના માર્ગદર્શનથી આ તીર્થ ફરી જીવંત કરવામાં આવ્યું હતું. જિણોધ્ધારનું કાર્ય 11 વર્ષ ચાલ્યું. વીર સવંત 2011માં એની પુનઃપ્રતિષ્ઠા થઈ હતી.

દિવસ : 8
પર્યુષણ પર્વઃ જેસલમેર / સંવત્સરી

રાજસ્થાન રાજ્યના ઉત્તર ભાગે પાકિસ્તાન સરહદની લગોલગ આવેલું જેસલમેર ગામ તેના કલામય જિન ભવનો, હસ્તલિખિત જૈન ગ્રંથ ભંડારો અને જાળી-ઝરુખાની બારીક અને કમનીય નકશી ધરાવતી વિશાળ અને રમણીય હવેલીઓના કારણે જગ વિખ્યાત બની ગયું છે. અહીંના ગ્રંથ ભંડારો પ્રાચીનતાના સંદર્ભે ભારતમાં મોટામાં મોટા ગણાય છે. અનુશ્રુતિ અનુસાર 12મી સદીમાં ભટ્ટી રાજપુત જેસલ રાવલે પોતાના ભત્રીજા ભોજદેવને યુધ્ધમાં હરાવીને લોદ્રવા જીતી લીધેલું. ત્યાર બાદ સલામતીની દ્રષ્ટિએ ત્યાંથી થોડા માઇલ દૂર જેસલમેર નામનું નવું કિલ્લેબંધ નગર વસાવ્યું હતું. ઈ.સ. 1207માં ઉજ્જડ થઈ ગયેલા લોદ્રવામાંથી આચાર્ય જિનપતિસૂરિ પાર્શ્વનાથની પ્રતિમા જેસલમેર લાવેલા અને તેને પરોણા તરીકે મુકેલી. જેસલમેરના જૈન મંદિરોના સમૂહમાં કુલ 6 મંદિરો બનેલાં છે. નિર્માણ કાર્ય સાત દાયકા સુધી ચાલેલું. એ સમય જેસલમેરનો સુવર્ણકાળ હતો. જૈન મંદિરોનો સમૂહ એકબીજાની તદ્દન આગળ-પાછળ આવી રહેલા બે વિભાગોમાં વિસ્તરેલો છે. તેમાં વચ્ચે પાર્શ્વનાથ જિનાલય, તેની દક્ષિણે અડીને આવેલ સંભવનાથ, ઉત્તરમાં શીતલનાથ, અને પ્રાંગણમાં જ પૂર્વ બાજુ ચંદ્રપ્રભુ, ઋષભદેવ, અષ્ટાપદ અને શાંતિનાથના મંદિરોનો સમવેશ થાય છે. મુખ્ય જિનાલયમાં મહાવિદેક્ષેત્રમાં વિહરતા 20 તીર્થંકરોનું ઋષિમંડલ જોવા જેવું છે. એક દેરાસરમાં અષ્ટાપદની રચના છે જેમાં ચાર દિશાઓમાં અનુક્રમે બે, ચાર, આઠ, દસ તીર્થંકરો બિરાજમાન છે.

3

2022

દિવસ : 1

આજથી પર્યુષણ પર્વનો આરંભ થાય છે. પર્યુષણનો એક અર્થ છે પરિવસન અર્થાત આત્માની સમીપ રહેવું. આ દિવસો હૃદયશુધ્ધિ અને આંતરખોજના દિવસો છે. જેમ દિવાળીના દિવસોમાં ઘરનો ખૂણે ખૂણો અને કબાટોમાં સાફસૂફ કરીને ઘરમાં જામેલો કચરો અને નકામી ચીજ વસ્તુઓનો નિકાલ કરીને ઘર ચોખ્ખુચણક કરી નાખીએ છીએ એવી રીતે આ દિવસોમાં આત્મા પર લાગેલા રાગદ્વેષના આવરણો દૂર કરી આત્માને ચોખ્ખો કરવાનો છે અને હૃદયમાં ભરાયેલું વૈમનસ્ય અને અભિમાનનો નિકાલ કરી પ્રેમ અને કરુણાથી ભરી દેવાનું છે. આજે આપણે આગમ સાહિત્યનો પરિચય કરીએ. આગમકાલીન સાહિત્ય એ જૈન સાહિત્યનું મહત્વનું અંગ છે. જે સ્થાન હિંદુધર્મમાં વેદશાસ્ત્રોનું છે, બૌધ્ધધર્મમાં ત્રિપિટકોનું છે, ખ્રીસ્તી ધર્મમાં બાઈબલનું છે, ઈસ્લામમાં કુરાનનું છે તેવું જ સ્થાન જૈનધર્મમાં આગમોનું છે. આપણને કોઈ આપણા ધર્મનું મુખ્ય પુસ્તક વિશે પૂછે તો આપણે તરત કલ્પસૂત્રનું નામ આપીએ છીએ, કારણકે દર વર્ષે પર્યુષણના પાંચમા દિવસે કલ્પસૂત્રનું વાંચન થતું હોવાથી તેનું નામ પ્રચલિત થઈ ગયું છે. પરંતુ આ સ્વતંત્ર ગ્રંથ નથી, આગમોનું જ એક અંગ છે. આગમ સાહિત્ય 2600 વર્ષ પહેલા ગણિપિટક તરીકે ઓળખાતું હતું. ગણિ એટલે

આચાર્ય-ગણના નાયક. પિટક એટલે પેટી-જ્ઞાનનો ભંડાર. આગમ શબ્દ ખૂબ પાછળથી પ્રચલિત થયો છે. જૈન આગમ આધ્યાત્મિક જીવનનું પ્રતિનિધિત્વ કરનારો ચિંતનનો અદભૂત અને અનોખો સંગ્રહ છે. ભગવાન શ્રી મહાવીરસ્વામી ઈ.સ. પૂર્વે 557મા સર્વજ્ઞ બન્યા. ભીજા દિવસે એમણે ગૌતમ ઈન્દ્રભૂતિ સહિત અગિયાર વેદમૂર્તિ બ્રાહ્મણોને દીક્ષા આપી અને ગણધરની માનવંતી પદવીથી નવાજ્યા. એ સમયે તીર્થ સ્થાપતી વેળાએ વીર પ્રભુએ અગિયાર ગણધરોને જૈનધર્મની ચાવીરૂપ મહામૂલી ત્રિપદીનો બોધ કરાવતા કહ્યું ઉપન્નેઈ વા, ધ્રવેઈ વા અને વિગમેઈ વા અર્થાત પ્રત્યેક પદાર્થ અનેય સ્વરૂપે ઉત્પન્ન થાય છે, પૂર્વ સ્વરૂપે નાશ પામે છે અને મૂળ સ્વરૂપે પૂર્વ-સનાતન છે. આ ગહનભાવવાળી ત્રિપદીને લક્ષ્યમાં રાખીને સર્વ ગણધરોએ દ્વાદશાંગીની રચના કરી છે. શ્રી સુધર્માસ્વામી મહાવીરસ્વામીના અગિયાર ગણધરોના અનુક્રમે પાંચમા ગણધર હતા. એમણે રચેલી દ્વાદશાંગીના શરુઆતના અગિયાર અંગો આજે પણ જળવાઈ રહ્યાં છે. લુપ્ત પામેલ બારમું અંગ દ્રષ્ટિવાદના ઝરણારૂપ પૂર્વ વિભાગોને અનુલક્ષીને કાલાન્તરે અન્ય આગમો રચાયા. જૈન શ્વેતાંબર પરંપરામાં આજે પિસ્તાલીસ(45) આગમો મોજૂદ છે. જૈન આગમરૂપી આ દસ્તાવેજોમાં જ્ઞાન, દર્શન અને ચારિત્રરૂપ ત્રિરત્નની માલિકી આપવાના સિધ્ધાંતો, નિયમો અને આચારોનું વિશદ માર્ગદર્શન આપવામાં આવેલું છે. તમારું કર્મ જ તમારી ગતિનું કારણ બને છે તેવા દ્રષ્ટિબિંદુથી જણાવેલ આચાર-પાલન અવશ્ય માનવીની આત્મોન્નતિ કરાવી શકે છે. આત્માની સમજ આપે તે આગમ છે.

દિવસ : 2
તત્વાર્થસૂત્ર

તત્વાર્થસૂત્રના રચયિતા ઉમાસ્વાતીજી છે. તેમના જીવનકાળનો ચોક્કસ સમય નક્કી નથી. પણ પ્રમાણભૂત માહિતી પ્રમાણે ચોથો સૈકો મનાય છે. આ ગ્રંથનો મૂળ સ્ત્રોત 45 આગમો છે. તત્વાર્થ રચવાની કલ્પના ઉત્તરાધ્યયનસૂત્ર (આગમ)ના 28મા અધ્યાયને આભારી હોય એમ લાગે છે. એ અધ્યાયમાં મોક્ષના માર્ગો સૂચવી જૈન તત્ત્વજ્ઞાનનું

તદ્દન ટૂંકમાં નિરુપણ કરેલું છે. એ જ વિષયને ઉમાસ્વાતીજીએ વિસ્તારીને સમગ્ર આગમોના તત્વો વિસ્તારીને ટૂંકા સૂત્રો દ્વારા દસ અધ્યાયમાં ગોઠવી દીધા છે. જૈન સંપ્રદાયના તમામ ફિરકાઓને માન્ય એવો આ અદભૂત ગ્રંથ મોક્ષ મેળવવા માટે જરુરી મૂળ તત્વોની સમજણ આપતો અતિ મહત્વનો ગ્રંથ છે. પહેલા અધ્યાયમાં સમ્યક્ દર્શન,જ્ઞાન અને ચારિત્રની વાત કરી છે. વાત કરી છે. પહેલા અધ્યાયનું પહેલું સૂત્ર છેઃ સમ્યક્ દર્શન,જ્ઞાન,ચારિત્રાણી મોક્ષમાર્ગઃ અર્થાત સમ્યક્ દર્શન, સમ્યક્ જ્ઞાન અને સમ્યક્ ચારિત્ર મળીને મોક્ષમાર્ગ ખોલે છે. આ ત્રણમાંથી એકનો પણ અભાવ હોય તો મોક્ષની પ્રાપ્તિ ના થાય. સમ્યકનો અર્થ થાય છે સત્ય અને અખૂટ શ્રધ્ધા. આપણો માર્ગ સત્યનો છે કે અસત્યનો એ કેવી રીતે જાણી શકાય એટલે જ રચનાકારે પહેલા સમ્યક દર્શન મૂક્યું છે. દા.ત. આપણને તાવ છે અને સામે દસ જાતની દવાઓની ગોળીઓ પડી છે. હવે આમાંથી કઈ ગોળી લઈશું તો તાવ ઉતરશે એનું જ્ઞાન જરુરી છે. કોઈને પૂછીએ એટલે સમજ આવે કે મેટાસીન લઈશું એટલે તાવ ઉતરશે. એટલે મેટાસીનનું સેવન કરીને શ્રધ્ધા રાખીએ એટલે તાવ ઉતરે.અને પુનઃ આરોગ્ય સારું થાય. આ ત્રણમાંથી એકના પણ અભાવે સાજા થવાય નહિ એવી રીતે એ રીતે આત્માનો મોક્ષ મેળવવા આ ત્રણેય બાબતો જરુરી છે. આ રીતે પહેલા અધ્યાયમાં જ્ઞાનની વાત કરી છે. બીજા અધ્યાયમાં જ્ઞેય (સમજણ) મીમાંસા છે. જગતના મૂળભૂત બે તત્વો જીવ અને અજીવનું વર્ણન છે. જીવ તત્વના સામાન્ય સ્વરૂપ ઉપરાંત સંસારી જીવને લગતી અનેક બાબતોનું વર્ણન છે. ત્રીજા અધ્યાયમાં અધોલોકમાં વસતા નારકો અને મધ્યમલોકમાં વસતા મનુષ્યો તથા પશુ-પક્ષી વગેરેનું વર્ણન હોવાથી તેને લગતી અનેક બાબતો સાથે પાતાળ અને મનુષ્યલોકની આખી ભૂગોળ આવે છે.ચોથા અધ્યાયમાં દેવસૃષ્ટિનું વર્ણન છે. તેમાં ખગોળ ઉપરાંત અનેક જાતના દિવ્યધામોનું અને ત્યાંની સમૃદ્ધિનું વર્ણન છે. પાંચમા અધ્યાયમાં દરેક દ્રવ્યનું (જે પદાર્થમાં ક્રિયા અને ગુણ અથવા કેવળ ગુણ હોય તે પદાર્થ દ્રવ્ય કહેવાય. પૃથ્વી, જળ, પ્રકાશ આકાશ અને આત્મા દ્રવ્ય છે.) વર્ણન કરી તેમનું સામાન્ય સ્વરૂપ જણાવ્યું છે તથા ધાર્મિક તથા અધાર્મિક સમજ દ્વારા દ્રવ્ય માત્રની વિસ્તૃત ચર્ચા કરી છે. છઠ્ઠા અધ્યાયમાં

આશ્રવના સ્વરૂપો, પ્રકારો અને કઈ જાતના પ્રકારોમાંથી કયા કયા કર્મો બંધાય તેનું વર્ણન છે. (આશ્રવ એટલે કર્મ. પુણ્યાશ્રવ અને પાપાશ્રવ). સાતમો અધ્યાય વ્રતનું સ્વરૂપ, વ્રતના પ્રકાર, વ્રતની સ્થિરતા, તેમાં સંભવતા દોષો અને હિંસાની સમજ આપવામાં આવી છે. ઉપરાંત દાનનું સ્વરૂપ અને તેના હેતુઓની વાત છે. આઠમા અધ્યાયમાં કર્મબંધના મૂળ હેતુઓઅને પ્રકારોની વાત છે. નવમા અધ્યાયમાં સંવર (શુભભાવ) અને તેના વિવધ ઉપાયો અને નિર્જરા (કર્મનું ભોગવાઈને ખરી જવું) અને તેના ઉપાયો, જુદા જુદા અધિકારવાળા સાધકો અને તેમની મર્યાદાનું તારતમ્ય છે. છેલ્લા દસમા અધ્યાયમાં કેવળ હેતુઓ એને મોક્ષનું સ્વરૂપ આપ્યું છે. મુક્તિ મેળવનાર આત્માની કઈ રીતે ક્યાં ગતિ થાય છે તેનું વર્ણન છે.

દિવસ : 3
સમણસુત્તં

સમણસુત્તંની સંકલના પૂજ્ય વિનોબાજીની પ્રેરણાથી થઈ છે. આ ગ્રંથ નવનીતના આચમન સમાન છે. આ ગ્રંથનો ગુજરાતી અનુવાદ મહોપાધ્યાય શ્રી ભુવનચંદ્ર મહારાજે કર્યો છે. સમણસુત્તં એવો ગ્રંથ છે જેમાં ભગવાનની વાણી છે, આગમોનો અર્ક છે. વિનોબાજીએ બધા ધર્મોની વાત જાણી, સમજી અને અનુભવી છે. દરેક ધર્મોના સારરૂપે લાગતી વાતોને સંકલિત કરતા ગયા અને પચીસ વર્ષે ધર્મ બધા આપણા નામનું નાનકડું પુસ્તક આપણને આપ્યું છે. ભગવાન મહાવીર નિર્વાણના 2500 વર્ષની ઉજવણીના ભાગરૂપે 1974માં એક વિશાળ સભા ભરાઈ જેમાં જૈનધર્મના સર્વ સંપ્રદાયોના આચાર્યો વિદ્વાનો અને સાધુભગવંતો ત્યાં આવ્યા અને ખૂબ જહેમત પછી સમણસુત્તં ગ્રંથ પ્રકાશિત થયો.

સમણસુત્તં ગ્રંથમાં ચાર ખંડ અને 44 પ્રકરણો છે. કુલ 756 ગાથાઓ છે. પહેલો કંડ જ્યોતિર્મુખ છે. તેમાં બાહ્યજીવનથી ઉપર ઊઠીને અભ્યંતર (આંતરિક) જીવનનું દર્શન કરાવવામાં આવ્યું છે. વિષયભોગોને અસાર માનીને તેમાંથી વિરક્ત થવાનું સમજાવવામાં આવ્યું છે.

રાગદ્વેષને જ પોતાના સૌથી મોટા શત્રુ સમજી બધી રીતે એનો પરિહાર (ત્યાગ) કરવાનો છે. ક્રોધ, માન, માયા અને લોભના ઠેકાણે ક્ષમા, સરળતા, નમ્રતા, સંતોષ વગેરે ગુણોનો આશ્રય લેવાનું કહેવામાં આવ્યું છે.

બીજો ખંડ મોક્ષમાર્ગ છે. મોક્ષમાર્ગમાં પ્રવેશ કરનાર વ્યક્તિની તમામ શંકાઓ, ભયવાળી સંવેદનાઓ, આકાંક્ષાઓઅને મૂઢતાઓ શ્રધ્ધા, જ્ઞાન, ચારિત્રની ત્રિવેણીમાં ધોવાઈ જાય છે. ઈષ્ટ-અનિષ્ટના તમામ દ્વંદો સમાપ્ત થઈ જાય છે અને સમતા તથા વાત્સલ્યનું ઝરણું ફૂટી નીકળે છે. એનું ચિત્ત સંસારના ભોગો તરફથી વિરક્ત થઈને પ્રશાંત બને છે. સંસારમાં રહેતા હોવા છતાં જળમાં કમળવત્ રહે છે

ત્રીજો ખંડ તત્વદર્શનનો છે.એમાં જીવ અજીવ વગેરે સાત તત્વો તથા પાપ-પુણ્ય એમ નવ પદાર્થોનું વિવેચન છે જે આપણે ગઈકાલે તત્વાર્થમાં જોયું.

ચોથો ખંડ સ્યાદવાદનો છે જેમાં અનેકાન્તવાદનો પરિચય આપવામાં આવ્યો છે. સત્ય એક છે પરંતુ તેના સ્વરૂપ અનેક હોઈ શકે છે. એ સ્વરૂપોનું દર્શન કરાવવું તે અનેકાંત છે. આપણો જ દ્રષ્ટિકોણ સાચો એવો હઠાગ્રહ ના રાખતા બીજાને પણ દ્રષ્ટિકોણ સમજવાનો પ્રયત્ન કરવો તે અનેકાંત છે. આમ તો જૈન સાહિત્ય વિપુલ છે અને એની એક એક શાખા પર અનેક ગ્રંથો પ્રાપ્ત છે. સૂક્ષ્મ અધ્યયન કરવું હોય તો બધા ગ્રંથોનો આધાર લેવો જરુરી છે. પણ જૈનધર્મના સિધ્ધાંત, આચાર પ્રણાલી અને જીવનના ક્રમિક વિકાસનો સામાન્ય માણસને પરિચય કરાવવા આ એક સર્વમાન્ય પ્રતિનિધિરૂપ ગ્રંથ છે. જૈનં જયતિ શાસનમ.

દિવસ 4
ત્રિષષ્ટિશલાકા પુરુષ

પરમાર્હત રાજા કુમારપાળે એક દિવસ કલિકાલ સર્વજ્ઞ આચાર્યદેવ

હેમચંન્દ્રાચાર્યને વિનયથી વિનંતી કરે છે ગુરુદેવ આપ સ્વયં લોકો પર ઉપકાર કરો જ છો છતાં મારી વિનમ્ર પ્રાર્થના છે કે મારા જેવા અબુધ મનુષ્યોને પ્રતિબોધ પમાડવા ત્રેસઠ શલાકા પુરુષોના જીવનચરિત્રો લખો. રાજા કુમારપાળની પ્રાર્થનાથી પ્રેરાઈને આચાર્યદેવે ત્રિષષ્ટિશલાકાપુરુષની રચના કરી છે. વીર સંવત 1220માં આ ગ્રંથ લખાયો છે. સંસ્કૃત સાહિત્યના ઈતિહાસમાં આ ગ્રંથ પોતાનું આગવું સ્થાન ધરાવે છે. આ ગ્રંથમાં નથી કોઈ વ્યાકરણ દોષ કે નથી કોઈ કાવ્ય દોષ કે નથી છંદોભંગ. વિશાળ એવા આ ગ્રંથમાં સ્થળે સ્થળે પથરાયેલા કલ્યાણક મહોત્સવોના અલંકારિક વર્ણનો, સમોવસરણની રચનાઓ, ચિત્ત આહ્લાદક વર્ણનો, સેનાઓની યુધ્ધના મેદાન પર થતી વ્યૂહ રચનાઓ, સેનાઓના અદભૂત વર્ણનો, પ્રવાસીઓના યથાર્થ વર્ણનો એવા છે કે વાંચતાં વાંચતાં એ દ્રશ્યો આપણી કલ્પનાસૃષ્ટિમાં સજીવન થાય છે. ત્રિષષ્ટિશલાકા પુરુષમાં જે ત્રેસઠ મહાપુરુષોના ચરિત્રો છે તે આ પ્રમાણે છેઃ ચોવીસ તીર્થંકરો, બાર ચક્રવતીઓ, નવ બળદેવો, નવ વાસુદેવો, નવ પ્રતિવાસુદેવો. આ ગ્રંથ દસ વિભાગોમાં વહેંચાયેલો છે જેને ગ્રંથકારે પર્વની સંજ્ઞા આપી છે. પહેલા પર્વમાં પ્રથમ તીર્થંકર શ્રી રુષભદેવનું અને તેમના પુત્ર પ્રથમ ચક્રવતી રાજા ભરતનું ચરિત્ર આલેખાયું છે. બીજા પર્વમાં બીજા તીર્થંકર શ્રી અજીતનાથનું તથા બીજા ચક્રવતી સગરરાજાનુ જીવનચરિત્ર આપવામાં આવ્યું છે. ત્રીજા પર્વમાં સંભવનાથ, અભિનંદન, સુમતિનાથ, પદ્મપ્રભુ, સુપાર્શ્વનાથ, ચન્દ્રપ્રભુ, સુવિધિનાથ અને શીતલનાથ એમ આઠ તીર્થંકરોના જીવન ચરિત્રો છે. ચોથા પર્વમાં શ્રેયાસનાથ, વાસુપૂજ્ય, વિમલનાથ, અનંતનાથ, ધર્મનાથ, પાંચ તીર્થંકરના ચરિત્ર ઉપરાંત પાંચ વાસુદેવ, પાંચ પ્રતિવાસુદેવ, પાંચ બળદેવ એમ કુલ બાવીસ ચરિત્રો છે.

પાંચમા પર્વમાં શાંતિનાથ તીર્થંકર અને શાંતિનાથ ચક્રવતીનું ચરિત્ર છે. છઠ્ઠા પર્વમાં કુંથુનાથ, અરનાથ, મલ્લીનાથ અને મુનિસુવ્રતસ્વામી એમ ચાર તીર્થંકરો, ચાર ચક્રવતી, બે બળદેવો, બે વાસુદેવો અને બે પ્રતિવાસુદેવો ના ચરિત્રો છે. સાતમું પર્વ જૈન રામાયણ તરીકે પ્રસિધ્ધ છે. નમીનાથ ચરિત્ર અને બે ચક્રવતીના ચરિત્રો છે ઉપરાંત

એક બળદેવ(રામ), એક વાસુદેવ (લક્ષ્મણ), એક પ્રતિવાસુદેવ (રાવણ)નું ચરિત્ર એમ કુલ છ મહાપુરુષોના ચરિત્રો છે. આઠમા પર્વમાં ભગવાન નેમીનાથનું ચરિત્ર, એક બળદેવ (બળભદ્ર), એક વાસુદેવ (કૃષ્ણ) અને એક પ્રતિવાસુદેવ (જરાસંઘ) આમ ત્રણના જીવનચરિત્રો છે ઉપરાંત પાંડવો કૃષ્ણના સમકાલીન હોવાથી તેમના ચરિત્રો પણ આ સર્ગમાં છે. નવમા પર્વમાં તીર્થંકર પાર્શ્વનાથ અને બારમા ચક્રવર્તી બ્રહ્મદત્તનું ચરિત્ર છે. દસમા પર્વમાં માત્ર ભગવાન મહાવીરસ્વામીનું ચરિત્ર છે. અને પ્રાસંગિક ચરિત્રોમાં શ્રેણિકરાજા, અભયકુમાર વગેરેના ચરિત્રો છે.

ત્રેસઠ શલાકા પુરુષોમાંથી કેટલાક મોક્ષે, કેટલાક સ્વર્ગમાં અને કેટલાક નરકમાં ગયા છે. ચોવીસ તીર્થંકરો મોક્ષે ગયા છે. જે ચક્રવર્તીઓ સંસાર ત્યજીને શ્રમણ બને છે તે મોક્ષે અથવા સ્વર્ગમાં જાય. બળદેવો, વાસુદેવો અને પ્રતિવાસુદેવો સ્વર્ગમાં જાય કે નરકમાં પરંતુ તેમનો મોક્ષગમનકાળ નક્કી જ હોય છે. સમય પતતાં ફરીથી મનુષ્યગતિમાં જન્મ લઈને મોક્ષે જાય છે. જૈનં જયતિ શાસનમ.

દિવસ : 5

ઉપમિતિ ભવપ્રપંચા કથા

ઉપમિતિ ભવપ્રપંચા કથા વિશ્વસાહિત્યમાં આગવું સ્થાન ધરાવે છે. વિસ્તૃત કથાપટ પર વહેતી નવલકથાને આપણે મહાનવલ કહીએ છીએ, અનેક વર્ણનોથી ખચિત એવા ઘણા સર્ગો ધરાવતા દીર્ઘકાવ્યને આપણે મહાકાવ્ય કહીએ છીએ. એવી જ રીતે ઉપમિતિ ભવપ્રપંચા કથા અનેક નદીઓનો સંગમ ધરાવતા મહાસાગર સમો ગ્રંથ છે. હર્મન જેકોબી જેવા વિદ્વાને આ કથાને ભારતીય સાહિત્યની સર્વ પ્રથમ વ્યાપક અને વિશાળ રૂપકકથા કહી છે. હકીકતમાં આ રૂપકકથા ગંભીર તત્વજ્ઞાનની આંગળી પકડીને ચાલે છે. સંસારના વિસ્તારને રૂપકો દ્વારા ભવભ્રમણ કરતા જીવ ને આત્મકલ્યાણનો માર્ગ ચીંઘે છે. આ ગ્રંથના રચનાકાર સિધ્ધર્ષિગણિ છે. ગ્રંથની ભાષા સંસ્કૃત છે. રાજા

ભોજના સમયમાં થઈ ગયેલા શિશુપાલવધ નામનું અમર કાવ્ય આપનાર મહાન કવિ ભાસના તેઓ ભાઈ થાય છે.

કથામાં દ્રમક (ભિખારી)નું જે પાત્ર છે તે વાસ્તવમાં સંસારી જીવ છે. તેના સમગ્ર ભવચક્રના પરિભ્રમણની કથા છે. નિગોદ (સૂક્ષ્મ જીવ)થી આરંભીને મોક્ષપ્રાપ્તિ સુધીનું પરિભ્રમણ આ ગ્રંથમા આપેલા આઠ પ્રસ્તાવ (પ્રકરણ)માં દર્શાવવામાં આવ્યું છે. કુલ સોળ હજાર શ્લોક અને પચ્ચીસો પાત્રો આ કથામાં છે. આ પ્રપંચને વિસ્તારથી કહેવા માટે મનની અંદર ઉત્પન્ન થતા ભાવોને એક એર પાત્રની ઉપમા આપી છે. મનના ભાવો બે ભાગમાં વહેંચી શકાય. શુભ ભાવ અને અશુભ ભાવ. અષ્ટમૂલપર્યંત નગરની આ વાત છે જેનો અર્થ થાય છે જેની શરુઆત કે છેડો નથી એવું નગર (મનુષ્યલોક). નગરનો રાજા સુસ્થિત છે અર્થાત ઉીડાણપૂર્વક સ્થિત થયેલો છે જે ક્યારેય ચલાયમાન થવાનો નથી (ભગવાન). એ જ નગરમાં નિષ્પુણ્યક (જેનામાં પુણ્યનો છાંટો નથી) નામનો ભિખારી વસે છે. એક વખત રાજમંદિરના દ્વાર સુધી પહોંચી જાય છે. દ્વાર પર બે સિપાઈઓ ઊભા છે તે ધુત્કારીને કાઢી મૂકે છે. તેમનું નામ મહા મોહ અને મહા અજ્ઞાન છે. આ નામ પાછળ રહેલા મનના બે દૂષણો છે જે તેને વારંવાર સંસારમાં પાછા ધકેલે છે. આ દુર્ગુણના કારણે પ્રવેશ મળતો નથી અને ભટક્યા કરે છે. ત્યાર બાદ થોડું સત્કર્મ ભેગુ થાય છે તેના બળે પેલા બે સિપાઈઓ રજા પર છે તેની જગ્યાએ સ્વકર્મવિવર (દુષ્ટકર્મનો નાશ) નામનો સિપાઈ છે. તે એને અંદર આવવા દે છે. અંદર આવીને એ મહાલયનો વૈભવ (ધર્મશાસન) જોતા હોય છે ત્યારે સુસ્થિત રાજાની નજર તેના પર પડે છે તે ધર્મબોધકર મંત્રી (આચાર્ય) જુએ છે એટલે તેને નવરાવીને દિવ્ય વસ્ત્રો આપે છે. અને તેમની પુત્રી તદ્દયાને તેની સેવામાં મૂકે છે. તે ભિખારીને મહા કલ્યાણકર ભોજન આપે છે છતાંય તેને શંકા થાય છે. પછી તેને વિમલાલોક આંજણ આંજવામાં આવે છે અને તત્વપ્રીતિકર જળ પીવડાવવામાં આવે છે તેનાથી તેની દ્રષ્ટિ નિર્મળ થાયછે અનેમનનો ઉન્માદ શમે છે. પછી સુબુધ્ધિ નામની બીજી પુત્રી આવે છે અને એના મનની શંકાઓ દૂર કરે છે. આ બે પુત્રીઓ દ્રષ્ટિછે. હવે આ ભિખારી નિષ્પુણ્યકમાંથી સપુણ્યક બને છે.

આ ગ્રંથમાં આવતી કથાઓમાં આત્માની વિભાવ દશામાં જાગતી તૃષ્ણા, વાસના, વિષય, કષાયો અને એને પરિણામે સર્જાતી પીડા અને યાત્રા દર્શાવી છે. કથા અને ધર્મ સિધ્ધાંતોના તાણાવાણા એવી રીતે ગૂંથ્યા છે કે વ્યક્તિ કથાની સાથે સાથે સ્વજીવનની કથાને સ્પર્શતો જાય છે. પરિણામે આ કૃતિ આત્મદર્શનનો અરિસો છે. આ અરિસામાં વાચક પોતાના સંસારનું ચિત્ર જોઈને પોતાના અશુભ ભાવો અને અજ્ઞાન દૂર કરવાનો પ્રયત્ન કરશે.

દિવસ : 6
સમુદ્ર-વહાણ સંવાદ

મધ્યકાલીન સાહિત્યમાં અનેક સાહિત્ય સ્વરૂપોનું ખેડાણ થયું છે તેમાં રાસ જૈન સાહિત્યનો આગવો પ્રકાર છે. જૈન સાહિત્યમાં યશોવિજયજી 17મી સદીના મહાન સર્જક છે. મોટાભાગે રાસ સાહિત્યની પાછળ પરંપરાની કથાઓ પડી હોય છે અને લગભગ દરેક કૃતિ આપણને શાંતરસ તરફ લઈ જાય છે પરંતુ એ શાંતરસ પૂર્વે શૃંગાર રસ, વીર રસ વગેરે લેવામાં આવે છે. પરંતુ સમુદ્ર-વહાણ સંવાદમાં કાલ્પનિકતા અને મૌલિકતા વિનિયોગ જોવા મળે છે. યશોવિજયજીની આ કૃતિ એક હળવી કવિતા છે જેનું સર્જન ધર્મબોધ માટે નહિ પરંતુ વિસ્મય બોધ પીરસવા માટે થયું છે. સમુદ્ર-વહાણ સંવાદમાં સમુદ્ર અને વહાણનો સંવાદ રાસ છે અહીં બે કાલ્પનિક પાત્રો પર સજીવારોપણ કરીને એમને મનુષ્યરૂપે બતાવી એમના વચ્ચે સંવાદ રચ્યો છે. આ સંવાદ રચવાનું પહેલું પ્રયોજન જે સાંભળે તેને આનંદ આપવાનું છે અને બીજું પ્રયોજન ઉપદેશ આપવાનું છે. કોઈ માણસે અભિમાન ના કરવું એ કાવ્યનો કેન્દ્રવર્તી વિચાર છે. કથા આ પ્રમાણે છે. વેપારીઓનો એક સમુદાય છે જે દરિયાપાર વેપાર કરવા જવા તૈયાર થયો છે. તેમના સગાંસંબંધીઓ તેમને વિદાય આપવા આવ્યા છે. વેપારીઓનું સમુદ્ર ભ્રમણ એની આગળની ઢાળો અને પાછું પુનરાગમન એ પાછળની ઢાળો એમ 17 ઢાળોમાં આ વાત મૂકી છે. વેપારીઓ કેવી રીતે વહાણમાં બેસીને દરિયો ખેડવા તત્પર થયા હતા અને પછી અઢળક સંપત્તિ

કમાઈને પાછા કેવી રીતે આવ્યા અને પોતાના સ્વજનોનું સ્વાગત પામ્યા એ ગોઠવણી કરીને વચ્ચે સમુદ્ર વહાણ સંવાદ મૂક્યો છે. કથામાં વહાણ આગળ જાય છે અન જે ધોષ થાય છે ત્યાંથી સમુદ્ર અને વહાણ એક વ્યક્તિ તરીકે ઊભરી આવે છે. સમુદ્ર પોતાના વિશે બહુ બોલ બોલ કરે છે અને પોતાના ગર્વ પર ગાણા ગાયા કરે છે. ભરદરિયે હોવા છતાં વહાણથી બોલ્યા વગર રહેવાતું નથી. તમારામાં પાણી તો ધણું છે પણ તારવવાની શક્તિ નથી. જ્યારે આપણા કોઈ વખાણ કરતું હોય ત્યારે ઊંચે આકાશમાં ના જોવાનું હોય, જે માથું નીચું કરે તેના ગુણ ઉપર જાય છે. સમુદ્ર વહાણને કહે છે તું વજનમાં પણ હલકું છે અને તારા ગુણ પણ હલકા છે છતાં તું મારી સાથે સ્પર્ધા કરે છે અહીં યશોવિજયજીએ કહેવતો, રૂપકો અને અલંકારોનો છૂટથી ઉપયોગ કર્યો છે. વહાણ જવાબ આપે છે હું હલકું છું છતાં લોકોને તારુ છું આટલા બધા માણસો મારી અંદર હોવા છતાં હું તરી શકું છું વળી ઉમેરે છે કે કદમાં મોટા હોવું એ કાંઈમોટાઈ નથી. હીરો નાનો છે પણ કીમતી છે. સમુદ્ર કહે છે હું તો બહુ મોટો છું સુર્યને જળ પુરુ પાડું છું એનાથી વાદળ બંધાય છે અને વરસાદ પડે છે. વરસાદના લીધે વનસ્પતિ થાય છે એમાંથી તુ બને છે. આ તો મારી ઉદારતાનું પરિણામ છે. વહાણ જવાબ આપે છે તુ દાનવીર નથી, તારી પાસેથી સૂર્ય જળ કેંચી લે છે. તુ આટલા મોટા જળ વિસ્તારનો ધમંડ કરે છે પણ તારુ પાણી અત્યંત ખારું છે કશા કામમાં આવતું નથી માછલા ભલે તરતા હોય પણ પક્ષીઓ ચાંચ બોળતા નથી. તારામાં તારવાની શક્તિ પણ નથી એક કાંકરાને તારી બતાવ. આવી અનેક પ્રકારની દલીલો અને પ્રતિદલીલો ઉમેરીને યશોવિજયજી મહારાજે સંવાદને રસપ્રદ બનાવ્યો છે. સમુદ્ર પછી શાંત થાય છે. ઈશ્વરની સ્તુતિથી સમુદ્ર નમતુ જોખે છે. આખરે જીત વહાણના પક્ષે છે. આટલા સમુદ્રના તોફાન વચ્ચે પણ પોતાના યત્રીઓને હેમખેમ પોતાના શહેરમાં પાછા લાવે છે. યશોવિજયજી બીજા હેમચંદ્રાચાર્ય તરીકે ઓળખાય છે. એમની વિદ્વત્તા માત્ર જ્ઞાન વ્યક્ત કરવા માટે નહિ પણ લોક મનોરંજન માટે પણ છે એ સાબિત થાય છે. આવી જ એક રસપ્રદ કૃતિ ભરતેશ્વર બાહુબલી ગણાય છે. 1184માં રચાયેલી આ કૃતિ રાસ સાહિત્યની પ્રથમ કૃતિ ગણાય છે. એમાં પણ ગર્વનો વિષય છે. આ કૃતિના રચનાકાર શાલિભદ્રસૂરિ છે.

આ ગ્રંથમા ઋષભદેવનું અતિ પ્રચલિત કથાનક છે. તેમના બે પુત્રો ભરત અને બાહુબલિના સંઘર્ષને કાવ્યાત્મકરૂપે નિરુપવામાં આવ્યો છે. અયોધ્યા નગરના રાજા ઋષભદેવને સો પુત્રો હતા. તેમણે પોતાનાજ્યેષ્ઠ પુત્ર ભરતને ગાદી સોંપી દીક્ષા લીધી. ભરતને ચક્વતી થવાના કોડ હતા. એણે ચારેય દિશાઓમાં વિજયયાત્રા આરંભી. એક માત્ર નાના ભાઈ બાહુબલીએ પડકાર ફેંક્યો. ભરતે એ પડકાર ઝીલી લેતા યુધ્ધ જાહેર કર્યું. યુધ્ધ લાંબુ ચાલતા બંને જણાએ દ્વંદ યુધ્ધ દ્વારા અંત લાવવાનું નક્કી કર્યું. ભરતે બાહુબલિ પર પોતાનું ચક્ર ફેંક્યું. બાહુબલીએ ચક્ર ઝીલી લીધું અને એનાદ્વારા થનારા વિનાશને વિચારીને પ્રાયશ્ચિતરૂપે સંસાર ત્યાગીને સંયમ લઈ લીધો. ઘોર તપશ્ચર્યા કરે છે છતાં બાહુબલિને પોતાની તપસ્યાનો અહંકાર હોવાથી કેવળજ્ઞાન પ્રાપ્ત થતું નથી. આ દરમિયાન તેની બે બહેનો બ્રાહ્મી અને સુંદરી તેની પાસે આવે છે અને કહે છે, વીરા ગજ પરથી ઉતરો, ગજ પર કેવલ ના હોય. બાહુબલિ તેનો અર્થ તરત સમજી જાય છે અને ગજરૂપી અહમનો ત્યાગ કરે છે. અંતે કેવળજ્ઞાન પ્રાપ્ત થાય છે. આ રાસમાંપણ વ્યક્તિએ સંસારમાં કેવી રીતે વ્યતિત કરવું જોઈએ અને અને અન્ય વ્યક્તિ સાથે કેવો વ્યવહાર કરવો અને ગર્વ નાકરવો એ મુખ્ય હેતુ છે. જૈનંજયતિ શાસનમ.

દિવસ : 7
શ્રૃંગાર મંજરી

શ્રૃંગાર મંજરી જયવંતસૂરિજીએ સંવત 1600માં રચેલી મધ્યકાલીન પદ્યવાર્તા છે. આ રચનાને શીલવંતી રાસ અથવા શીલવંતી ચરિત્ર તરીકે પણ ઓળખવામાં આવે છે. પ્રાકૃત અને સંસ્કૃત સાહિત્યમાં પણ આ કથા જોવા મળે છે. શ્રૃંગાર મંજરીની કથાની શરુઆત એક નગરના વર્ણનથી થાય છે. જંબુદ્વિપમાં આવેલા ભરતક્ષેત્રમાં નંદન નામનું નગર છે. એના વર્ણનથી રાસની શરુઆત થાય છે. આ એવું નગર છે જેમાં ઠમકતી ચાલે મદનરસથી ઘેલી માનુનીઓ ચાલે છે. એમના નુપુર વાગે છે. ચોરેને ચૌટે સાત માળના મહેલો આવેલા છે. વેપારીઓ તંબોલ રાખીને એકમેકની આંગળી પકડીને વિહરે છે. બાળકો રમે

છે. આવાસમાં સજળ કૂવા ભર્યા છે. આવા નગરની વાત કરીને આ કૃતિનો પ્રારંભ થાય છે. આ નગરમાં રત્નાકર નામે એક વેપારી છે. એની પત્ની સુંદર અને સુશીલ છે. જૈન ધર્મ પ્રમાણે જ જીવન જીવે છે પણ સંતાનસુખ નથી પરિણામે સંસાર સુનો લાગે છે. અજીતનાથ ભગવાનની પૂજા કરીને અજીતબલ દેવની આરાધના કરે છે. પરિણામે પુત્ર જન્મ થાય છે અને પુત્રું નામ રાખવામાં આવે છે અજીતબલ. કુમાર જ્યારે યુવાન થાય છે ત્યારે માતાપિતાને એના લગ્નનો વિચાર આવે છે. રત્નાકરના એક જૂના મિત્ર બીજી નગરીના એક વેપારીમિત્રની પુત્રી વિશે કહે છે કે મારા મિત્રને એની પુત્રી શીલવતી ગુણવતી છે અને સકળ વિદ્યા જાણે છે પણ યોગ્ય મુરતિયો મળતો નથી. મેં અજીતબલનું નામ સુચવ્યું છે. જાત જાતના વર્ણનો અને પ્રસંગો પછી એ બે જણના લગ્ન થાય છે. એક વખત રાતના બે પ્રહરે પતિપત્ની સૂતા હતા ત્યારે પશુ શબ્દ સાંભળીને શીલવતી જાગી જાય છે. એને પશુપક્ષીની વિદ્યા આવડે છે એટલે એને એ શબ્દ ફરીથી સંભળાય છે અને એ જાણી જાય છે કે નદીમાં એક હુડક તણાઈને આવે છે એની પાસે પાંચ કરોડના પાંચ રત્નો છે. શીલવતી વિચારે છે કે શિયાળને ભક્ષ(શબ) આપી પાંચ રત્નો હું લઈ લઉ. શીલવતી એ ધન લેવા જાય છે અને લાવીને સંતાડી દે છે. વિચારે છે કે સવારે પતિને બતાવીશ તો ખુશ થશે પણ અજીતબલ જાગી જાય છે અને વિચારે છે અડધી રાત્રે શીલવતી એકલી ક્યાં ગઈ હશે એ પિતાને કહે છે શીલવતી પરથી મારુ મન ઉતરી ગયુ છે એને પિયર મૂકી આવો. પિતા પુત્રવધુને કહે છે તારા પિતાએ તને બોલાવી છે એમ કહીને મૂકવા જાય છે. શીલવતી સમજી જાય છે પણ જિનેશ્વરનું રટણ કરતાં કરતાં સસરા સાથે જાય છે. સસરા પૂછે છે એના જવાબો આપીને પાંચ રત્નોની વાત કરે છે. ત્યાં કાગડો ઉપરથી બોલે છે કે થોડે દૂર કરોડોની સોનામહોરો છે. શીલવતી તરત જ એ દિશામાં આંગળી ચીંધી ધન લઈ આવવાનું કહે છે. ત્યાંથી ધન મળવાથી સસરા પુત્રવધુની હોશિયારી જોઈને ખુશ થઈ જાય છે. અને બંને જણા પાછા સાસરે આવે છે. અજીતબલ ગુસ્સે થઈ જાય છે. પિતા બધી વિગત સમજાવીને રત્નો અને સોનામહોરો બતાવે છે. અજીતબલ શાંત પડે છે અને બંને જણ સુખેથી રહે છે. થોડા સમયમાં રત્નાકરનું મૃત્યુ થાય છે. અજીતબલ રાજમહેલમાં જવા

માંડે છે. ગમે તેટલા નિકટના સ્વજનનું મૃત્યુ થાય તે પણ રોજિંદા ક્રમમાં તો આવી જ જવું પડે છે તે નિયમ સમજાવવામાં આવ્યો છે. અજિતબલ હોશિયાર તો છે જ પણ પત્નીના સહકારથી ખૂબ માનપાન મેળવે છે. એક દિવસ રાજા સાથે વિહારમાં જવાનું થાય છે. શીલવતી એને ગુલાબની માળા પહેરાવે છે અને કહે છે મારું શીલ જ્યાં સુધી તપતું હશે ત્યાં સુધી આ ફૂલો કરમાશે નહિ. થોડા દિવસ થાય છે ને રાજાને નવાઈ લાગે છે કે અજિબલની માળાના ફૂલ કેમ સુકાતા નથી રાજા પૂછે છે એટલે અજિતબલ વાત કરે છે. રાજાને નવાઈ લાગે છે કે અત્યારના જમાનામાં કોઈ આવું ના હોય. એ છાનામાના ચાર સૈનિકોને શીલવતી પાસે મોકલે છે, છતાં ફૂલો કરમાતા નથી. પ્રવાસ કરીને રાજા પાછો આવે છે ત્યારે શીલવતી રાજાને એક ડબો આપે છે. રાજા ડબો ખોલે છે તો અંદર ચાર સૈનિકો માયકાંગલા બનીને દુબળા અને નાના બની ગયા હોય છે. રાજા શલવતીના ચરિત્ર પર ઓવારી જાય છે. આ કથામાં આડકથા ઘણી મોટી છે પણ મુખ્ય વિષય સ્ત્રીના શીલ ઉપર છે.

ખૂબ સુંદર રીતે અને લંબાણપૂર્વક શીલનો મહિમા ગાતી શૃંગાર મંજરી સર્વાંગ સુંદર બની છે. તેવીજ રીતે મધ્યકાલીન સાહિત્યમાં કામવિજયની કથાઓ પણ મળી આવે છે. એમાં સ્થૂલીભદ્ર-કોશાની કથા પણ અત્યંત રસિક છે. કોશા એક ગણિકા હોવા છતાં એના દિવ્ય પ્રેમના લીધે સતીમાં સ્થાન પામી છે. સોમસુંદર મહારાજ રચિત આ સળંગ કથા નથી પણ કોશા સાથેના અનુબંધની કથા છે. પૂર્વ કથા આ પ્રમાણે છે. મગધના રાજા નવમા નંદના મંત્રી શકટાલના મોટા પુત્ર છે. એક દિવસ સ્થૂલીભદ્ર ઉપવનમાંથી પસાર થતા હોય છે ત્યારે કોશા એમના પ્રેમમાં પડી જાય છે એટલા એ દેખાવડા છે. એમનો નાનો ભાઈ શ્રીયક તથા યક્ષા વગેરે સાત બહેનો પણ છે. સ્થૂલીભદ્ર રાજ ગણિકા કોશા પ્રત્યેના રાગના લીધે બાર વર્ષથી કોશાના ઘેર રહેતા હતા. રાજાના દરબારમાં એક વરરુચિ નામે વિદ્વાન પંડિત હતો. શકટાલ પ્રત્યેના ઈર્ષાભાવના લીધે રાજાના કાન ભંભેરે છે. રાજા કોપાયમાન થાય છે અને શકટાલના ઘેર જવાનું નક્કી કે છે. ખરેખર તો શકટાલ પોતીના પુત્ર શ્રીયકના લગ્નની તૈયારી કરતા હતા પણ વિચારે છે કે

રાજા નહિ માને એટલે શ્રીયકને પોતાની હત્યા કરવાની ફરજ પાડે છે એટલે રાજા શ્રીયક પર વિશ્વાસ મૂકીને એને મંત્ર બનાવે અને વરરુચિ ત્યાં નો ત્યાં રહે. ખરેખર એવું જ થાય છે. રાજા શ્રીયકને મંત્રી બનવાનું કહે છે પણ એ કહે છે મારે મોટો ભાઈ છે એટલે મારાથી ના બનાય. રાજા રાજમંત્રીઓને સ્થૂલીભદ્રને બોલાવવા મોકલે છે. પહેલા તો એ આવવાની ના પાડે છે પછી કોશાના સમજાવવાથી જાય છે. રાજા મંત્રીમુદ્રા લેવાનું કહે છે પણ વિચાર કરવાનો સમય માંગે છે. પછી વિચારે છે કે પોતાના બધા સ્વાર્થ છોડી રાજની ચિંતા કરવી પડે વળી દુર્જનોના ઉપદ્રવતો ખરા જ.એના કરતા આત્મા માટે કષ્ટો સહન કરવા શું ખોટા એમ વિચારીને દીક્ષા લઈ ચલી નીકળે છે. અને આચાર્ય સંભૂતિવિજય પાસે દીક્ષા લે છે. એક ચોમાસામાં વિશિષ્ટ આરાધના કરવા જુદા જૂદા સ્થળો નક્કી કર્યા. કોઈકે સિંહની ગુફાના દ્વારમાં થોકોઈકે સર્પના રાફડા પરતો વળી એકે કૂવાના કાંઠાપર ઊભા રહીને ઉપવાસ તો બધાએ કરવાના અભિગ્રહ (ઇચ્છા) માટે અનુમતિ માંગી જ્યારે સ્થૂલીભદ્રે કોશાના ઘરમાં ષડરસ ભોજન કરી વિવિધ કામક્રીડાના ચિત્રોવાળી ચિત્રશાળામાં કોશાની હાજરામાં ચોમાસુ કરવાની અનુમતિ માંગી. ગુરુએ તેમને પણ અનુમતિ આપી. સ્થૂલીભદ્ર જ્યારે કોશાની ચિત્રશાળામાં ગયા ત્યારે કોશાને થયું કે મારા વિરહના લીધે એ પાછા આવ્યા છે. કોશાએ તેમનું સ્વાગત કરતાં કહ્યું આ શરીર આ ધન અને પરિવાર સઘળું તમારું છે તમે નિરાંતે ભોગવો. કોશાએ ચાર મહિના વિવિધ પ્રયત્નો અને હાવભાવ કરીને ભોગ માટે પ્રાર્થના કરી. ફણ સ્થૂલીભદ્ર મન વચન કાયાથી બ્રહ્મચર્યમા સ્થિર રહ્યા અને એક રોમમાં પણ વિકાર ના થયો. અંતે કોશા સત્વ સામે હારી અને તેમને નમી પડી. પછી તેમની પાસે સમ્યક્ત્વ મૂળ બાર વ્રતો ઉચ્ચરીને કોશા શ્રાવિકા બની. તણે ચોથા વ્રતમાં માત્ર રાજાના આદેશથી આવેલા પુરુષ સિવાય બીજા ભધા પુરુષોનો ત્યાગ કર્યો અને ધર્મનો પ્રતિબોધ પામી. આમ કામ ઉપરના વિજયની આ કથા ખૂબ રસપ્રદ છે. આપણે માત્ર ઝલક મેળવી. આરસપ્રદ કથા આખા સાંભળવી હોય તો પર્યુષણના દિવસોમાં સાતમે દિવસે બપેરના વ્યાખ્યાનમા તેનું વાંચન થાય છે. જ્ઞાની ગુરુ ભગવંતોના મુખેથી આ કથા સાંભળવી અનેરો લહાવો છે. જૈનં જયતિ શાસનમ.

દિવસ : 8
તરંગવતી અનુપમ કથા

આશરે સાતમી સદીથી પ્રચલિત જૈન પરંપરા પ્રમાણે પાદલિપ્તસુરિએ તરંગવતી નામની અદભૂત કથા પ્રાકૃત ભાષામાં રચી હતી. જે સમયના પ્રવાહમાં દુર્ભાગ્યે લુપ્ત થઈ ગઈ છે પરંતુ પાછળના સમયમાં કરવામાં આવેલો તેનો સંક્ષેપ જળવાયો છે જેનું પ્રમાણ સોળસો બેંતાલીસ જેટલું છે. આ જળવાયેલા સંક્ષેપનો સમૃધ્ધ અનુવાદ શ્રી હરિવલ્લભ ભાયાણીએ કર્યો છે. તેમણે કહ્યું છે, તરંગવતી લુપ્ત થવાથી એક અણમોલ રત્ન લુપ્ત થયું છે. તરંગવતીનું કથાવસ્તુ ઘણું હ્રદયંગમ છે. કથાના આરંભે મગધદેશ, ત્યાંની રાજધાની કુણિક રાજા અને નગરશેઠના મહાલયોના ખૂબ સુંદર વર્ણન કરવામાં આવ્યા છે. નગરના ઉપાશ્રયમાં રહેતી સુવ્રતા નામની સાધ્વીની શિષ્યા ભિક્ષા માટે એક શ્રીમંતના ઘેર પહોંચે છે. ઘરની ગૃહિણીઓ અને દાસીઓ તેનું સૌંદર્ય જોઈને આશ્ચર્ય પામે છે.અનુમમ દેહ લાલિત્ય ધરાવતી હોવા છતાં દીક્ષા કેમ ગ્રહણ કરી તે જાણવા માંગે છે. પોતાની આત્મકથા વૈરાગ્ય ઉત્પન્ન કરે તેવી હોવાથી સાધ્વી પોતાની કથા માંડે છે અને વિશ્વના મહાન સાહિત્યોમાં સ્થાન પામેલી આ કથાનો આરંભ થાય છે.

વૈભવશાળી નગરીના વૈભવી નગરશેઠની સ્વરૂપવાન લાડકી પુત્રી છે જેનું નામ તરંગવતી છે. જેને જોતાવેંત હ્રદય-મન નાચવા માંડે એવી આ યૌવના જ્યારે કોઈ એક શરદમાં ઉદ્યાનવિહાર કરવા જઈ રહી હતી ત્યારે આખાય નગરની આંખો એના પર મંડાયેલી હતી. આ વૈભવ માણતાં માણતાં એકવાર ઉદ્યાનના સરોવર પાસે જઈ ચડે છે ત્યારે ચક્રવાક અને ચક્રવાકીઓને મોજ કરતા જોઈને પોતાના પૂર્વ ભવનું સ્મરણ જાગે છે. ચક્રવાક-ચક્રવાકીરૂપે ગાળેલુ પ્રેમજીવન પ્રત્યક્ષ થાય છે. નિષાદના (શિકારી) અમાનવીય કૃત્યથી એમની જોડી ખંડિત થઈ હતી અને મરણ થયું હતું. એ યાદ આવતા શોકથી ઢળી પડે છે. ભાન આવતા પોતાની સખીને અત્યંત મનોવેદનાથી આંસુ સારતા પોતાના પૂર્વ ભવનો વૃતાંત કહે છે. પોતે નક્કી કરે છે કે આ ભવમાં પણ નિશ્ચય

કરે છે કે પોતાના પ્રેમીને મળશે તો જ લગ્ન કરશે અને નહિતર દીક્ષા લેશે. બીજા ભવમાં પણ મળે છે જગતનો વિચાર કર્યા વગર બંને જણનું ભાગી જવું, સાહસ, માર્ગમાં અનેક વિપત્તિઓ, માંડ માંડ બચવું, સ્વજનોનો પ્રેમભર્યો સત્કાર અને ભોગવિલાસમાં મસ્ત જીવન જાય છે. છેલ્લે દીક્ષા લે છે. આમ માનવીય પ્રેમમાંથી ઈશ્વરીય પ્રેમમાં સંચરણ કરતી કથા છે.

આવી તરંગલીલા જ્યારે ગૃહિણીઓ અને દીસીઓ વચ્ચે પોતાની કથા માંડે છે ત્યારે તેમાં વૈભવ આવે,શોક આવે,પોતાનું વણિક કુળ આવે, જન્મ,બાળપણ, અભ્યાસ, ઋતુવર્ણનો, પુષ્પો, ઉધાન, ઉત્સવ, ઉજાણી, સપ્તવર્ણ વૃક્ષો અને તેની સૌરભ, સરોવરના વર્ણનો આવે છે પછી તેમનો વિરહ, વિષાદ અને મૃત્યુની કરુણકથાપણ આવે છે. આ કથા અનુરાગથી વિતરાગમાં પલટાય છે. રાગની દુનિયામાંથી વૈરાગ્ય તરફ પ્રયાણની વાત સાંભળીને ગૃહિણીઓ પણ ગૃહસ્થ ધર્મનું પાલન કરીને શીલવ્રત અને ગુણવ્રતનો બોધ પામે છે. કથાનો મુખ્ય રસ વૈરાગ્યભાવ જગાડવાનો હોવાથી અનેક સ્થલે ધર્મોપદેશ તથા તત્વજ્ઞાનની ચર્ચા આવે છે.

પર્યુષણપર્વના આઠ દિવસ દરમિયાન જૈનધર્મમાં ઉત્તમ સ્થાન પામેલા થોડા ગ્રંથોનું બહુજ ટૂંકમાં પરિચય આપવાનો પ્રયત્ન કર્યો છે. એમાં કોઈ ઉણપ રહી ગઈ હોય અથવા શાસ્ત્ર વિરુધ્ધ લખાઈ ગયું હોય તો આજે સંવત્સરિના પવિત્ર દિવસે આપ સહુને મન વચન ને કાયાથી મિચ્છામી દુક્કડમ પાઠવું છું.

4

2021

દિવસ : 1

આજથી પર્યુષણ પર્વ શરુ થાય છે. પર્યુષણનો એક અર્થ છે પરિ+વસન અર્થાત્ નિકટ રહેવું. બીજો અર્થ છે પરિ+ઉપશમન અર્થાત્ સર્વ પ્રકારે શાંતિ કરવી. અતિ વ્યસ્ત અને ભાગમદોડ ભર્યા જીવનમાં શાંતિથી બેસીને પોતાની જાત સાથે વાત કરવાનો કોઈની પાસે સમય નથી માટે આત્માની નિકટ રહેવા માટે અને શાંતિથી ભગવાનનું નામ સ્મરણ કરવા આઠ દિવસ આપણને મળે છે. જો કે ધર્મતો કાયમ નિર્લેપ અને કર્તવ્યનિષ્ઠ જીવન જીવવાનો બોધ આપે છે. પણ બધા માટે એ શક્ય નથી. પરંતુ આઠ દિવસ રોજિંદા વ્યવહારોમાંથી નિવૃત્ત થઈને આત્માની નજીક રહેવાનું છે. ધર્મ યથાશક્તિ તપ કરવા ઉપર પણ ભાર મુકે છે. આપણાથી ભલે કંઈ ના થાય પણ છેવટે આઠ દિવસ ભગવાનનું સ્મરણ તો થઈ જ શકે ને? દરરોજ સવારે આપણે ઉઠીને નવકાર મંત્રતો ગણીએ જ છીએ. નવકાર મંત્ર પ્રાત: સ્મરણીય મંત્ર ગણાયો છે. એમાં આજનો દિવસ મંગલમય રહે તેવી ભાવના રહેલી છે. આવા મંગલમય નવ સ્મરણો જૈન પરંપરાએ સ્વીકારેલા છે. આ નવ સ્મરણો મહા મંગલકારી છે. શ્રાવક જીવનના કોઈપણ માંગલિક પ્રસંગે આ સ્મરણોનું આદરપૂર્વક પઠન થતું રહે છે. નવ સ્મરણમાં નવકાર મંત્રનું સ્થાન પ્રથમ ક્રમે છે. નવકાર મંત્રનું પહેલું પદ છે: નમો

અરિહંતાણં અર્થાત્ જેમણે બાહ્ય શત્રુઓ (અરિ) સાથે આંતરિક શત્રુઓ પણ જીત્યા છે (ક્રોધ, લોભ, મોહ, માયા, મમત) એવા અરિહંતને મારા પ્રણામ!

બીજું પદ છે: નમો સિધ્ધાણં અર્થાત્ જે આત્માઓએ તીર્થંકર ભગવંતોની વાણીને સમજીને અનંત જ્ઞાન પ્રાપ્ત કર્યું છે અને સામાન્ય જન સુધી પહોંચાડ્યું છે એવા સિધ્ધ ભગવંતોને મારા નમસ્કાર!

ત્રીજું પદ: નમો આયરિયાણં અર્થાત્ જે આચાર્યો આપણી સાથે જ રહે છે, આપણને માર્ગ ચીંધવા સદાય તત્પર હોય છે જેમણે કઠોર જ્ઞાન સાધના કરીને આચાર્ય પદવી મેળવી છે તે તમામ આચાર્યોને મારા નમસ્કાર!

ચોથું પદ છે: નમો ઉવજ્ઝાયાણં અર્થાત્ તમામ ઉપાધ્યાયોને મારા નમસ્કાર! ઉપાધ્યાય પણ એક પદવી છે. તેઓ આપણને જ્ઞાન આપે છે, પોતાના આચરણમાં ઉતારે છે અને આપણને પણ આચરણમાં ઉતારવા માટે સમજાવે છે. ના સમજ પડે તો ફરીથી સમજાવે છે.

પાંચમું પદ છે: નમો લોએ સવ્વસાહુણં! સંસારમાં જેટલા પણ સાધુ વિચરે છે એ તમામને નમસ્કાર! ઉપરના ચાર જ્ઞાનીઓ સિવાય અન્ય જ્ઞાનીઓને સાધુ કહ્યાં છે. બધી જ વ્યક્તિઓના ઢાંચા નક્કી ના થઈ શકે એટલે જે આચરણમાં સરળ છે, સંયમ લીધો છે અને સાધના પણ કરે છે તે તમામ સાધુઓ છે.
પછીના ચાર પદ :

અસો પંચ નમુક્કારો
સવ્વ પાવપણાસણો
મંગલાણં ચ સવ્વેસિં
પઢમં હવઈ મંગલમ!

અર્થાત્ આ પાંચ નમસ્કાર બધા પાપોનો નાશ કરનાર છે તેમજ બધા

કાર્યોમાં મંગલ સ્વરૂપ છે માટે તેને મહામંત્ર કહ્યો છે. સદ્ભાવ અને મંગળ કામના રાખી શ્રદ્ધાપૂર્વક ગણવામાં આવે તો મનના વિકારો તથા રોગો દૂર થાય છે.

દિવસ : 2
ઉવસગ્ગહરં સ્તોત્ર

જૈન ધર્મમાં નવકાર મહામંત્ર પછી સૌથી વધુ શ્રદ્ધાથી ગવાતું ઉવસગ્ગહરં સ્તોત્ર છે. નવ સ્મરણમાં તેનું સ્થાન બીજું છે. તેમાં પાર્શ્વનાથ ભગવાનનો પ્રભાવ, તેમનો મહિમા અને તેમના ગુણોના ગાન ગૂંથી લેવામાં આવ્યા છે. ભગવાન મહાવીર પછી ૧૫૦ વર્ષ બાદ આ સ્તોત્રની રચના પ. પૂ. આચાર્ય ભદ્રબાહુસ્વામીએ કરેલી છે. તેઓ આપણા સમયના છેલ્લા પૂર્વધર અને શ્રુત કેવળી હતા. પૂર્વધર એટલે ૧૪ પૂર્વનું જ્ઞાન. અત્યારના સમયમાં મહાવીરસ્વામીનું શાસન ચાલે છે. કેવળજ્ઞાન થયા પછી તમણે તેમના 11 ગણધરોને ત્રિપદી આપી તેના પરથી દ્વાદશાંગી અને દ્વાદશાંગી પરથી આગમો રચાયા છે. આપણું સાહિત્ય આગમોથી શરૂ થાય છે. તેમની પહેલાના 23 તીર્થંકરોએ આપેલો બોધ 14 પૂર્વમાં સમાવી લેવામાં આવ્યો છે. આ 11 ગણધરો 14 પૂર્વના જ્ઞાતા હોવાથી પૂર્વધર કહેવાય છે. કેવળજ્ઞાન ના થયું હોવા છતાં કેવળજ્ઞાન જેટલું જ જ્ઞાન ધરાવનારને શ્રુત કેવળી કહેવાય છે. સામાન્ય માનવીની દ્રષ્ટિમાં શ્રી ઉવસગ્ગહરં સ્તોત્ર પાર્શ્વનાથ ભગવાનની સ્તુતિ છે જે પ્રભાવક છે અને આધિ, વ્યાધિ તથા ઉપાધીને દૂર કરે છે. જ્યારે હકીકતમાં આ સ્તોત્ર આત્મશુદ્ધિથી આત્મસિદ્ધિ સુધીની યાત્રા છે, જે શ્રેષ્ઠ સ્થાન સિધ્ધત્વની પ્રાપ્તિ કરાવે છે. જેના બે પ્રથમ પદ આ પ્રમાણે છે :

ઉવસગ્ગહરં પાસં પાસં વંદામિ કમ્મઘણમુક્ક ॥
વિસહર-વિસનિન્નાસં, મંગલ કલ્લાણં-આવાસં॥૧॥

ઉપસર્ગ (આપત્તિ)ને હરનાર પાર્શ્વ નામનો યક્ષ જેમનો સેવક છે તેવા પાર્શ્વપ્રભુ, જેઓ કર્મથી મુક્ત છે (તથા) જે સર્પના ઝેરને

અતિશયે કરીને નાશ કરનાર છે વળી જેઓ મંગલ અને કલ્યાણના ઘર છે તેમને હું નમસ્કાર કરૂ છું.

આ સ્તોત્ર પાછળ એક કથા છે. ભદ્રબાહુના ભાઈ વરાહમિહિરને તેમની સાથે અંટસ પડ્યું હોવાથી તેમનો જીવ મરીને વ્યંતર થયો અને સંઘમાં લોકોને રંજાડવા માંડ્યો. આવા મુશ્કેલ સમયમાંથી ઉગારવા સંઘે ભદ્રબાહુસ્વામીને વિનંતી કરી. ભદ્રબાહુએ આ પીડાનું શમન કરવા ઉવસગ્ગહરં સ્તોત્રની રચના કરી અને ઉપદ્રવ શાંત થઈ ગયો. આ સ્તોત્રમાં પાર્શ્વનાથ ભગવાનને આ ઉપસર્ગ દૂર કરવા વિનંતી કરેલી છે. એટલે જ્યારે પણ આ સ્તોત્ર સંપૂર્ણ એકાગ્રતા સાથે વાંચવામાં આવે ત્યારે દેવતાઓને પૃથ્વી પર સહાય કરવા આવવું પડતું. આ મંત્ર તેના મૂળ સ્વરૂપમાં ખૂબ શક્તિશાળી હતો. પણ લોકોએ નાની નાની બાબતોમાં તેનો દુરુપયોગ કરવાથી દેવતાઓએ વિનંતી કરી અને તેની બે ગાથાઓ કાઢી નાખવામાં આવી. મૂળ મંત્રમાં સાત ગાથાઓ હતી અત્યારે પાંચ ગાથાઓ છે. છતાં પણ સંપૂર્ણ શ્રદ્ધાથી આ મંત્રનો પાઠ કરવામાં આવે તો અવરોધો અને મુશ્કેલીઓ જરૂરથી દૂર થાય છે.

સંતિકરં

નવ સ્મરણમાં ત્રીજું સ્મરણ સ્તોત્ર છે સંતિકરં. સંતિકરં સ્તોત્રની રચના તપગચ્છ નાયક શ્રી સોમસુંદરસૂરિના પટ્ટપ્રભાવક સહસ્રાવધાની શ્રી મુનિસુંદરસૂરિજીએ કરી છે. મેવાડ પ્રદેશમાં આવેલા દેવકુલપાટક નામના નગરના સંઘમાં અચાનક મરકી અર્થાત્ પ્લેગનો ઉપદ્રવ થયો. તેનાથી પીડા પામતા લોકોને જોઈને અત્યંત કરુણામય આ મહાપુરુષે ગુરુ પાસેથી પ્રાપ્ત થયેલ વિદ્યા થકી રોગના શમન માટે શ્રી શાંતિમાંથી પ્રભુનું આ સ્તોત્ર રચ્યું છે. તેનો પ્રથમ શબ્દ સંતિકરં હોવાથી તે શાંતિકરં સ્તોત્ર તરીકે ઓળખાય છે. શ્રી સંતિકરં સ્તોત્રમાં તેના નામ પ્રમાણે સોળમા તીર્થંકર શાંતિનાથ ભગવાનની સ્તવના કરવામાં આવી છે. પ્રથમ ગાથામાં પ્રભુના ત્રણ સાર્થક વિશેષણ દ્વારા સ્તુતિ કરેલી છે. તેની પ્રથમ ગાથા આ પ્રમાણે છે:

સંતિકરં સંતિજિણં, જગસરણમ જય સિરિઈ દાયારં।।
સમરામિ ભત્તપાલગ નિવ્વાણિ- ગરુડ કયસેવં।।૧।।

પ્રથમ વિશેષણ શાંતિ કરનાર છે. શ્રી શાંતિનાથ પ્રભુની વિશેષતા એ છે કે હાલમાં શ્રી મહાવીરસ્વામીનું શાસન પ્રવર્તે છે. મહિમા શ્રી પાર્શ્વપ્રભુનો છે છતાં શાંતિ માટે હંમેશા શાંતિનાથ પ્રભુનું જ સ્મરણ કરવામાં આવે છે. કોઈપણ મંગલ પ્રસંગે સ્નાત્ર ભણાવવામાં આવે ત્યારે તેમાં શાંતિનાથ પ્રભુ ઉપર જ અભિષેક કરવામાં આવે છે, એટલું જ નહિ કોઈપણ વિધિ-વિધાન, પૂજા કે મહા પૂજન કરવાનું હોય તો પણ સૌ પ્રથમ શાંતિનાથ પ્રભુનું સ્નાત્ર ભણાવ્યા પછી જ આગળ વિધિ કરાય છે. આ રીતે શાંતિનાથ પ્રભુની આરાધના કરીએ એટલે સર્વ કાર્યની નિર્વિઘ્ને સમાપ્તિ થાય છે. તેથી દરેક કાર્યમાં શાંતિનાથ પ્રભુની સ્થાપના કરવી જરૂરી મનાય છે. તે પછી બીજું વિશેષણ છે જગસરણં. આ વિશેષણ શાંતિનાથ પ્રભુના સામર્થ્યનો નિર્દેશ કરે છે. સંસારના આધિ-વ્યાધિ અને ઉપાધિથી સંતપ્ત જગતના જીવ માટે શાંતિનાથ પ્રભુનું શરણ શ્રેષ્ઠ વિકલ્પ છે. તેમના શરણે જવાથી દરેક પ્રકારે શાતા મળે છે, રોગનું શમન થાય છે. ત્રીજું વિશેષણ છે જય. અર્થાત્ કોઈપણ ક્ષેત્રમાં જય મેળવી આપનાર અને શ્રી લક્ષ્મીની પ્રાપ્તિ કરાવનાર સ્તોત્ર છે. આ સિવાય ચોથું વિશેષણ છે ભક્તનું પાલન કરનાર અને નિર્વાણીદેવી તથા ગરુડ યક્ષ જેમની સેવા કરે છે તેવા શાંતિનાથ ભગવાનનું હું સ્મરણ કરું છું. આખી ગાથાનો અર્થ આ પ્રમાણે છે: શાંતિના કરનાર, જગતને શરણભૂત, જય અને લક્ષ્મી આપનાર, ભક્તજનોનું પાલન કરનાર, નિર્વાણીદેવી અને ગરુડ યક્ષ જેમની સેવા કરે છે એવા શ્રી શાંતિનાથ પ્રભુનું હું સ્મરણ કરું છું.

દિવસ : ૩
તિજયપહુત્ત સ્તોત્ર

નવ સ્મરણમાં પ્રથમ સ્મરણ નવકાર મહામંત્રનું કરવામાં આવે છે. ત્યાર બાદ ઉવસગ્ગહરં, સંતિકરં અને ચોથા સ્મરણમાં તિજયપહુત્ત

સ્તોત્ર આવે છે. સામાન્ય રીતે સ્તોત્રનો પ્રથમ શબ્દ જ તે સ્તોત્રનું નામ બની જતું હોય છે તેવી જ રીતે આ સ્તોત્રનું નામાભિધાન પણ તેના આદ્યપદ પરથી પડેલું છે. આ સ્તોત્રના રચયિતા શ્રી માનદેવસૂરી છે. કોઈક વખત શ્રી સંઘમાં કરેલા ઉપદ્રવને નિવારવા માટે આ સ્તોત્ર રંગાયું છે. પ્રદ્યોતનસૂરિની પાટે મહાપ્રભાવક શ્રી માનદેવસૂરિ થઈ ગયા. તેમનો જન્મ મારવાડમાં આવેલા નાડોલ ગામમાં થયો હતો. માતા-પિતાની રજા લઈ સાધુપણું સ્વીકાર્યું. શાસ્ત્રાભ્યાસ કરીને આચાર્ય પદવી પ્રાપ્ત કરી. કહેવાય છે સૂરિજીનું ઉજ્જવલ તપ, અખંડ બ્રહ્મચર્ય અને જ્ઞાનના ઓજસથી પ્રભાવિત થઈને દેવીઓ તેમને વંદન કરવા આવતી. લઘુશાંતિની રચના પણ તેમણે જ કરી છે. વ્યંતરના ઉપદ્રવને નિવારવા "તિજયપહુત્ત" ની રચના સૂરિજી દ્વારા કરવામાં આવી છે. આ સ્તોત્રમાં એકસોને સિત્તેર જિનેશ્વરોની સ્તુતિ હોવાથી તેનું એક નામ "સત્તરિસયથુત્તં" પણ છે.

તિજયપહુત્ત મંત્રયુક્ત સ્તોત્ર છે અને તેનું સર્વતોભદ્ર યંત્ર છે. અર્થાત્ મંત્ર યંત્ર અને સ્તોત્ર ત્રણેયનો સમાવેશ કરીને પરમાત્માને કરેલ ઉત્કૃષ્ટ આરાધના છે. આ અવસર્પિણીકાળમાં ફક્ત બીજા તીર્થંકર અજીતનાથના સમયમાં જ અઢીદ્વીપમાં ૧૭૦ જિનેશ્વર વિદ્યમાન હતા. તિજયપહુત્તની પ્રથમ ગાથામાં ત્રણ ભુવનમાં ઐશ્વર્ય અને પ્રભુતાનો પ્રકાશ પાથરનારા વિચરણ કરતા જિનેન્દ્રદેવોના સમૂહને સ્મરણ-વંદન કરવામાં આવેલ છે.

દિવસ : 4
નમિઉણ સ્તોત્ર

પાંચમું સ્મરણ નમિઉણ સ્તોત્ર છે. પાર્શ્વપ્રભુને સમર્પિત આ સ્તોત્ર પણ નમિઉણ શબ્દથી શરૂ થાય છે. આ સ્તોત્રના સ્મરણથી આઠ પ્રકારના ભયો દૂર થાય છે. તેથી તેને ભયહર સ્તોત્ર પણ કહેવામાં આવે છે. આ સ્તોત્રના રચયિતા બૃહદ ગચ્છિય શ્રી માનતુંગસૂરિશ્વરજી છે. આચાર્ય શ્રી માનતુંગસૂરિનો જન્મ વારાણસીમાં થયો હતો. તેઓ બ્રહ્મક્ષત્રિય શ્રેષ્ઠી ધનદેવના પુત્ર હતા. પિતા પાસેથી નાનપણથી જ

ધાર્મિક સંસ્કારો પ્રાપ્ત થયા હતા. પ્રથમ તેઓએ દિગંબર પંથમાં દીક્ષા લીધી હતી. પરંતુ પાછળથી બહેનની પ્રેરણાથી બોધ પામીને શ્વેતાંબર આચાર્ય અજીતસિંહ પાસે શ્વેતાંબર મુનિપણું સ્વીકાર્યું. તેઓ અલ્પ સમયમાં જ આગમોના જ્ઞાતા બન્યા અને આચાર્ય પદવી પ્રાપ્ત કરી. માનતુંગસૂરિશ્વરજી એક મહાન તેજસ્વી આચાર્ય તરીકે ખૂબ જ પ્રસિદ્ધિ પામ્યા છે. તેમની બે રચનાઓ જૈન સાહિત્યમાં અમર છે. એક ભક્તામર સ્તોત્ર અને બીજું નમિઊણ સ્તોત્ર. એકવાર કર્મની વિચિત્રતાથી આચાર્યશ્રીને માનસિક રોગ થયો. જે કર્મોએ શલાકાપુરુષોને પણ છોડ્યા નથી તે કર્મથી તેઓ પણ પીડા પામ્યા. તેમણે નાગરાજ ધરણેન્દ્રનું સ્મરણ કર્યું અને અનશન માટે પૂછ્યું. ત્યારે ધરણેન્દ્રે જવાબ આપ્યો કે,” હે ભગવન! હજી આપનું આયુષ્ય બાકી છે તો તે ક્ષીણ કેમ થઈ શકે? આપ જેવાની વિદ્વત્તા ઘણા પ્રાણીઓને ઉપકારરૂપ છે.” એમ કહીને ધરણેન્દ્રે તેઓ શ્રીને અઢાર અક્ષરનો ચિંતામણિ મંત્ર આપ્યો. જેના સ્મરણ અને મંત્રિત જળથી તેઓ સંપૂર્ણ નીરોગી બન્યા. આથી પરોપકાર પરાયણ આચાર્યશ્રીએ શ્રી સંઘના પણ સર્વે રોગ અને ભય દૂર થાય તેવા શુધ્ધ ભાવથી આ મંત્રાક્ષરોથી ગર્ભિત એવા શ્રી નમિઊણ સ્તોત્રની રચના કરી છે. આજે પણ હૃદયમાં શુધ્ધભાવ રાખી આ સ્તોત્રનું પઠન કરવામાં આવે તો ભક્તના વિવિધ ઉપસર્ગી દૂર થાય છે.

૭

દિવસ : 5

આજે મહાવીરજન્મ વાંચન દિવસ છે. વિશ્વમાં ઉત્સાહભેર જ્યાં જૈન સંઘ હોય ત્યાં ઉજવાય છે. ભગવાન મહાવીરના માતા ત્રિશલાદેવીને આવેલા ૧૪ સ્વપ્નોના પ્રતિકરૂપે ૧૪ સુપનો ઉપાશ્રયમાં ધામધૂમથી ઉતારવામાં આવે છે અને એમના ૨૭ ભવોનું વાંચન કરવામાં આવે છે. પ્રભુજીને ખૂબ સુંદર અંગ રચના કરવામાં આવે છે જેને આપણે ભવ્ય આંગી કહીએ છીએ. ભવ્ય આંગી એટલે પ્રભુના દેહનો શણગાર નહિ પરંતુ પ્રભુના ગુણોનો, પ્રભુના વચનોનો શણગાર છે.

અજિતશાંતિસ્તવ

નવ સ્મરણમાં છઠ્ઠું સ્થાન અજિતશાંતિનું છે. અજિતશાંતિમાં મુખ્યત્વે બે તીર્થંકરોની વાત કરવામાં આવી છે. અજિતનાથ ભગવાન અને શાંતિનાથ ભગવાન. આ સ્તોત્રના રચયિતા મહાકવિ નંદિષેણમુનિ છે. જૈન પરંપરામાં બે નંદિષેણમુનિ જોવા મળે છે. એક નેમિનાથ પરંપરાના અને બીજા મહાવીર પરંપરાના. અનેક ધર્મધુરંધર આચાર્યોએ જૈન આગમોની ગાથાઓ મેળવીને નક્કી કર્યું છે કે આ રચના મહાવીર પરંપરાના શિષ્ય નંદિષેણમુનિની છે. નંદિષેણમુનિ એક વખત શત્રુંજય પર્વતની યાત્રાએ આવ્યા. એક પછી એક જિનાલયો નિહાળતા ચંદન તળાવડીએ જઈને જૂએ છે તો અજિતનાથ ભગવાન અને શાંતિનાથ ભગવાનની દેરીઓ સામસામે હતી. મહામુનિ વિચારે છે એકની વંદના કરશે તો બીજાને પૂંઠ પડશે. તેઓ વ્યથિત થઈ ગયા અને ત્યાં બેસીને પૂર્ણ ભાવના સાથે ભક્તિસભર મંત્રોથી અભિમંત્રિત છંદો વડે અલંકારયુક્ત સુમધુર રાગથી બંને ભગવંતોની સ્તુતિ કરીને આરાધના આરંભી અને આ સ્તોત્ર જ્યારે પૂર્ણતાએ પહોંચ્યું ત્યારે એક ચમત્કાર થયો. આ બંને દેરીઓ જે એકબીજાની સામસામે હતી તે બાજુમાં આવી ગઈ. આ રીતે પ્રભાવકારી સ્તોત્રની રચના થઈ અજિતશાંતિમાં બે તીર્થંકરોની સ્તુતિ કરવામાં આવી છે. શત્રુંજય પર આ બે તીર્થંકરોએ ચોમાસું કર્યું હતું. આપણી પરંપરાના કહેવા મુજબ 23 તીર્થંકરો શત્રુંજય પર્વત ઉપર આવ્યા હતા પણ તેમાંથી માત્ર આ બે તીર્થંકરોએ જ ચોમાસું કર્યું હતું. અજિતશાંતિસ્તવ 38 ગાથાઓ અને 3 પ્રશસ્તિની ગાથાઓમાં સમાયેલું છે. તેની ભાષા પ્રાકૃત છે. તેમાં વિવિધ પ્રકારના 22થી વધારે છંદોનું વૈવિધ્ય જોવા મળે છે. મુનિ નંદિષેણે બંને તીર્થંકર શ્રી અજિતનાથ અને શ્રી શાંતિનાથની સાથે સ્તુતિ કરી છે. અજિતનાથ ભગવાને સર્વ ભયોને જીતીને વિજયના ભગવાન બન્યા છે જ્યારે જગતના સર્વ રોગો અને પાપોનો નાશ કરનાર એવા શાંતિનાથ ભગવાન જેઓ સર્વત્ર પરમ શાંતિના ગુણને પ્રગટાવે છે એવા બે તીર્થંકરોને વંદન કરીને સ્તુતિનો આરંભ કર્યો છે.

**"અજિયં જિઅસવ્વભયં, સંતિ ચ પસંત-સવ્વગયપાવં;
જયગુરુ સંતિ ગુણ કરે, દોવિ જિણવરે પણિવયામિ.।।૧।।**

અર્થાત્ : "સર્વ ભય જેમણે જીત્યા છે એવા અજિતનાથ અને સર્વ રોગ અને પાપ(અશુભ કર્મ) નો જેમણે ક્ષય કર્યો છે એવા શાંતિનાથ, વળી જગતના ગુરુ અને શાંતરૂપ ગુણને કરનાર તે બંને જિનેશ્વરોને હું પ્રણામ કરું છું."

આ માત્ર ભક્તિની સ્તુતિ નથી પણ ત્રણ પ્રકારના જ્ઞાનને જોડનારુ છે. પિંડસ્થ અર્થાત્ પરમાત્માનું સંસારી સ્વરૂપ અને પછી મહામુનિ સ્વરૂપ. એટલે રાજ્ય વ્યવસ્થા અને કેવળજ્ઞાન. પદસ્થ અવસ્થા એટલે કેવળજ્ઞાન પ્રાપ્ત થયા પછી આપેલ ઉપદેશ અને છેલ્લે રૂપાતીત એટલે નિર્વાણનું વર્ણન છે. અંતે ફલશ્રુતિમાં કવિ ખૂબ ઊંચાઈએ પહોંચીને સંયમ ધર્મના ભંડાર સમા પરમાત્માના મહિમા દ્વારા કીર્તિ અને મોક્ષ પ્રાપ્તિની વાત કરી છે. આ સ્તોત્ર પાક્ષિક, ચૌમાસિક અને સંવત્સરિ પ્રતિક્રમણમાં સ્થાન પામેલ છે.

દિવસ : 6
ભક્તામર સ્તોત્ર

સાતમા સ્મરણ ભક્તામર સ્તોત્રનું માહાત્મ્ય જેટલું રચનાકાળમાં હતું એટલું જ આજે જોવા મળે છે. સર્વ સ્તોત્રમાં ભક્તામર સ્તોત્રનું સ્થાન મૂર્ધન્ય છે. રચનાકાર માનતુંગસૂરિની આ અદભૂત રચના છે. ભક્તામર સ્તોત્ર વસંતતિલકા છંદથી છંદોબદ્ધ છે. આ સ્તોત્રમાં કાવ્ય મહિમા તથા ઉત્કૃષ્ટ મંત્રશક્તિ જોવા મળે છે. આ સ્તોત્રના શ્લોકોની સંખ્યા વિશે અનેક મતભેદ જોવા મળે છે. શ્વેતાંબર સંપ્રદાયના ૪૪ શ્લોકો છે જ્યારે દિગંબર પરંપરા 48 શ્લોકો હોવાનું માને છે. મૂળ સ્તોત્ર સંસ્કૃત ભાષામાં છે જેમાં 48 પદો/શ્લોકો છે. દરેક શ્લોકમાં ચાર પંક્તિ છે અને દરેક પંક્તિમાં 14 અક્ષર છે. ભક્તિરસથી ભરપૂર આ સ્તોત્ર ઉપમા અલંકાર તથા વસંતતિલકા છંદના ઉપયોગના લીધે ગાયન

અને મનન માટે ખૂબ પ્રસિદ્ધિ પામ્યું છે.

ભક્તામર સ્તોત્રમાં માનતુંગસૂરિએ ભગવાન ઋષભદેવ અર્થાત્ આદિનાથની ભવ્યતા વિશે વાત કરી છે. તેની પહેલી ગાથાનો અર્થ આ પ્રમાણે છે: ભક્તિમંત દેવતાઓના નમેલા મુકુટમાં રહેલા મણિઓની કાંતિઓને પ્રકાશ કરનાર, પાપરૂપ અંધકારનો સમૂહ જેમણે દૂર કર્યો છે એવા અને યુગની આદિમાં (ધર્મનો વિચ્છેદ થાય પછી ફરીથી પ્રવૃત્તિ થાય તે યુગ આદિ) ભવસમુદ્રમાં ભવ્યજનોને આધારભૂત પ્રથમ તીર્થંકરના બે ચરણને નમસ્કાર કરીને હું સ્તવના કરીશ. ત્યાર પછીના શ્લોકોમાં ઋષભદેવની અદભૂત સ્તુતિ કરવામાં આવી છે. આ સ્તોત્રની રચના વિશેનો ઇતિહાસ કહો કે દંતકથા જાણવા જેવી છે. માનતુંગસૂરિ માલવદેશની ઉજ્જયિની નગરીમાં રાજા ભોજના સમયે થઈ ગયા. રાજા ભોજના દરબારમાં મયુર અને બાણ નામના ચૌદ વિદ્યામાં પ્રવીણ અને પ્રખર વેદાંત શાસ્ત્રીઓ હતા. બંને એકબીજાના હરીફ હતા અને સસરા જમાઈ થતા હતા. એકવાર મયુર તેની પુત્રીના શ્રાપથી કુષ્ટ રોગી થયો. મયૂરે મંત્રવિદ્યાના બળે સૂર્યદેવને પ્રસન્ન કર્યા અને રોગમાંથી મુક્તિ મેળવી. બાણ પંડિતે ઈર્ષ્યાભાવથી પોતાના હાથપગ કાપીને મંત્ર રટણથી ચંડીદેવીને આહવાન આપ્યું. ચંડીદેવીએ પ્રસન્ન થઈને હાથપગ નવા કરી આપ્યા. આ ચમત્કારોથી લોકો શિવધર્મની પ્રશંસા અને જૈન ધર્મની નિંદા કરવા માંડ્યા એક દિવસ ભોજરાજાએ શ્રાવકોને પૂછ્યું તમારામાં કોઈ ચમત્કારીક વિદ્યાવાળા છે. શ્રાવકોએ માનતુંગસૂરિનું નામ આપ્યું. સૂરિજીને બોલાવવામાં આવ્યા રાજા ભોજે તેમનો આદરસત્કાર કરીને પોતાની વિદ્યા બતાવવા વિનંતિ કરી. માનતુંગસૂરિએ જૈન ધર્મના પ્રચાર હેતુથી રાજાની વાત માની. રાજાના આદેશ મુજબ તેઓને અંધારા ઓરડામાં બંધ કરવામાં આવ્યા અને ઓરડાના 48 દરવાજાને 48 તાળા મારવામાં આવ્યા. સૂરિજી ઊંડી સાધનામાં લીન બની ગયા અને ઋષભદેવની એક એક સ્તુતિ કરતાં એક એક તાળું ખૂલતું ગયું અને આ રીતે ભક્તામર સ્તોત્રની રચના થઈ. આ સ્તોત્ર દર્શન, ચારિત્ર અને આધ્યાત્મિકતાને દર્શાવે છે. સાંસારિક જીવનમાંથી મોહમાયા ત્યાગીને મોક્ષના માર્ગે કેવી રીતે વળવું તેનો ઉત્તમ માર્ગ બતાવ્યો છે. આ સ્તોત્ર રચીને માનતુંગસૂરિજી

કવિ શિરોમણિનું બિરુદ પામ્યા છે. ભક્તામર સ્તોત્રનો શબ્દે શબ્દ, અક્ષરે અક્ષર મંત્ર બરાબર છે. મંત્ર એટલે અમુક પ્રકારના અક્ષરોની સંકલના. મંત્રો ભક્તિ અને મુક્તિ, શ્રેય અને પ્રેયની સાધના આરાધના કરી આપે છે. સદીઓ વહી જવા છતાં આજેપણ આ સ્તોત્રનો મહિમા અકબંધ છે.

દિવસ : 7
કલ્યાણ મંદિર

નવ સ્મરણમાં આઠમા સ્મરણ તરીકે ઓળખાતું શ્રી કલ્યાણ મંદિર સ્તોત્ર પ્રભાવક અને કલ્યાણકારી છે. તેના રચનાકાર શ્રી સિધ્ધસેન દિવાકરસૂરિજી છે. કલ્યાણમંદિર સંસ્કૃત ભાષામાં 44 શ્લોકમાં બધ્ધ કરવામાં આવ્યું છે. આ સ્તોત્રનો પ્રારંભ ભક્તામરની જેમ જ તીર્થંકરોની સ્તુતિ કરવાના વિશુદ્ધ ભાવથી કરવામાં આવ્યો છે. શિર્ષક યથાયોગ્ય રાખ્યું છે-કલ્યાણનું મંદિર, કોઈ એકનું નહિ. ભક્તિભાવપૂર્વક આ સ્તોત્રનું ગાન કરવાથી સૌનું આત્મકલ્યાણ થાય છે. આ સ્તોત્રમાં આચાર્યશ્રીએ પાર્શ્વનાથ ભગવાનની સ્તુતિ કરી છે. વસંતતિલકા છંદમાં ભક્તિભાવપૂર્વક મહાદેવના મંદિરમાં આ સ્તોત્રની રચના થઈ છે. એની કથા પણ રસપ્રદ છે. શ્રી સિધ્ધસેન દિવાકરસૂરિજી રાજા વિક્રમાદિત્યના સમયમાં થઈ ગયા. તેઓ તે સમયના પ્રખર વિદ્વાન શ્રી વૃધ્ધવાદિસૂરિશ્વરજી મહારાજ સાહેબના વિદ્વાન શિષ્યરત્ન "સર્વજ્ઞપુત્ર" બિરુદધારક હતા. એક દિવસ ઉજ્જૈનિ-અવંતિ પ્રદેશમાં આવ્યા અને રાજા સાથે ભેટો થયો. રાજા વિક્રમાદિત્ય તેમના અલૌકિક જ્ઞાનથી પ્રભાવિત થઈને વંદન કરીને કોડ સોનામહોર આપે છે પણ સૂરિજી સ્વીકારતા નથી. દેરાસરોના જિણૌધ્ધારમાં વાપરીને વિહાર કરી જાય છે.

એક સમયે સિધ્ધસેન દિવાકરજીને તેમની વિદ્વાનતા ઉપર ગર્વ થાય છે. તેઓ ગુરુદેવને પૂછે છે, "નમુથ્થુણં વગેરે વંદનાદિક સૂત્રોને સંસ્કૃતમાં બનાવીએ તો કેમ?" ગુરુદેવ તેમની વાત સાંભળીને કહે છે તીર્થંકરો તથા ગણધરોના સૂત્રો ઉચિત જ હોય તેને બદલવાનો વિચાર

કરીને તે ઘોર પાપનું ઉપાર્જન કર્યું છે. એમને તરત પશ્ચાતાપ થાય છે અને તરત ગુરુદેવની ક્ષમા માંગીને પાપની આલોચના માટે પૂછે છે. ગુરુદેવ કહે છે બાર વર્ષ ગુપ્ત અવધૂત વેશે રહીને બાર વર્ષના અંતે એક પ્રૌઢ રાજાને પ્રતિબોધીને જૈન ધર્મી કરીશ તો આ પાપમાંથી તારો છુટકારો થશે."

સૂરિજી અવધૂત વેશમાં ધર્મોપદેશ આપતા ભ્રમણ કરવા મંડ્યા. બાર વર્ષ વીતી ગયા પછી મિથ્યાત્વને પામેલા રાજા વિક્રમાદિત્યને પ્રતિબોધવા વિહાર કરી અવંતિમાં આવ્યા અને મહાકાલ મહાદેવના મંદિરમાં જઈને શંકર ભગવાનના લિંગની સામે પગ કરીને સુતા. જ્યારે પૂજારી આવ્યા અને એમને જોઈને બૂમો પાડવા મંડ્યા કે મહાદેવની ઘોર અવજ્ઞા કોણ કરી રહ્યું છે? પણ તે સાંભળતા નથી. ધણા લોકોએ કીધું, રાજાના સેવકો આવ્યા પણ તેઓ જરાય હાલ્યા નહિ. છેવટે રાજાને બોલાવવામાં આવ્યા. રાજાએ શાંતિથી અવધૂતને કહ્યું, "આપ જેવાઓએ તો કલ્યાણકારી સ્તુતિ કરવી જોઈએ તેના બદલે આપતો અવજ્ઞા કરી રહ્યા છો." રાજાએ સ્તુતિ કરવા માટે હઠાગ્રહ કર્યો. અવધૂત બેઠા થયા. મન પવિત્ર કરી, બે હાથ જોડી શિવલિંગ તરફ દ્રષ્ટિ સ્થિર કરી સ્તુતિ બોલવા મંડ્યા.

જેમ જેમ ગાથાઓ મુખમાંથી નીકળતી ગઈ તેમ તેમ ધુમાડા નીકળવા મંડ્યા, શિવલિંગ કંપવા માંડ્યું અને ધડાકા સાથે શિવલિંગના બે કટકા થઈ ગયા. અને ભોંયમાંથી ફણા સહિત પાર્શ્વનાથની અદભૂત પ્રતિમા પ્રગટ થઈ. રાજા સહિત બધા જ શાંતરસમાં ગરકાવ થઈ ગયા. ભગવાનના પ્રાગટ્ય પછી અવધૂતે તેની સ્તુતિ પુરી કરવા કલ્યાણમંદિરની 48 ગાથાઓની રચના કરી. પહેલી સ્તુતિનો અર્થ થાય છે: કલ્યાણનું ધર, ભવ્યજનોને વાંછિત ફળ આપે, પાપનો નાશ કરે, ભય પામેલાને અભય આપનાર, પ્રશંસાને પાત્ર અને સંસારરૂપ સમુદ્રમાં ડૂબતા સમગ્ર પ્રાણીઓના વહાણ સમાન એવા જિનેશ્વરના ચરણકમળમાં હું નમસ્કાર કરું છું કવિએ રચેલા શ્લોકોમાં પરમાત્મા ભક્તિ તો છે જ. પણ સાથે સાથે પરમાત્માને પામવાનો સાધનામાર્ગ પણ અંકિત કર્યો છે.

દિવસ : 8
સાંવત્સરિક ક્ષમાપનાનો દિવસ

બૃહત્ શાંતિ વિશે વાત કરવાનો દિવસ. નવ સ્મરણોમાં છેલ્લું સ્મરણ એટલે બૃહત્ શાંતિ. ગુજરાતીઓ મોટી શાંતિ અને રાજસ્થાનીઓ બડી શાંતિ કહે છે. આ સ્તોત્રમાં શાંતિનાથની સ્તવના છે. જેમ બૃહત્ શાંતિ જૈન સંઘમાં વધુ પ્રસિદ્ધ છે તેવી રીતે દેવસી પ્રતિક્રમણના અંતે બોલાતી લઘુ શાંતિ પણ એટલી જ પ્રસિદ્ધ છે. લઘુ શાંતિની અપેક્ષાએ બૃહત્ શાંતિનું કદ બમણા કરતા વધુ હોવાથી એ મોટી શાંતિ તરીકે વધુ પ્રચલિત છે. પ્રસ્તુત સ્તોત્રમાં આ સ્તોત્ર કોણે રચ્યું? ક્યાં રચ્યું? વગેરે જાણવા મળતું નથી. એવી માન્યતા છે કે બૃદત્ શાંતિની રચના શ્રી નેમિનાથ ભગવાનની માતા શિવાદેવીએ દેવી અવસ્થામાં કરી છે આનું કારણ કદાચ સ્તોત્રના અંતે શિવમસ્તુ પછીની ગાથામાં " અહં તિત્થયર માયા, સીવાદેવી તુમ નયર નિવાસીની" આવે છે તે હોઈ શકે.

આમ તો આ સ્તોત્ર સ્નાત્ર મહોત્સવ, શાંતિસ્નાત્ર, પ્રતિષ્ઠા, દેવ વંદન, ચૌમાસી, પાક્ષિક, તથા સંવત્સરિ પ્રતિક્રમણના અંતે બોલાય છે. મુખ્યત્વેતો તીર્થંકરોના જન્મ મહોત્સવ પ્રસંગે બોલવા રચાયુ હોય તેમ જણાય છે. શાંતિસ્નાત્રના પ્રારંભમાં આજનો દિવસ ઉત્તમ છે એમ કહી (1) તીર્થંકર પરમાત્માઓ પ્રસન્ન થાઓ. (2) આ અવસર્પિણીના 24 તીર્થંકર ભગવંતો શાંતિ કરનારા થાઓ. (3) મુનિભગવંતો રક્ષણ કરો. (4) જિનેશ્વર પ્રભુનો જય થાઓ. (5) સોળ વિદ્યાદેવીઓ રક્ષણ કરો. (6) આચાર્યાદિ શ્રી સંઘની શાંતિ થાઓ. (7) નવ ગ્રહ, ચાર દિક્પાલ, ઈન્દ્રાદિ દેવો સર્વે પ્રસન્ન થાઓ. (8) રાજાઓના ધાન્યોના કોઠારો, ધનના ભંડારો અક્ષય થાઓ. (9) પરિવારજનો આનંદપ્રમોદ કરનારા થાઓ. (10) શ્રી સંઘના રોગાદિ શાંત થાઓ. (11) તુષ્ટિ પુષ્ટિ થાઓ. (12) પાપકર્મી શાંત થાઓ અને શત્રુઓ પરમુખ થાઓ.

આટલી ઘોષણા કર્યા પછી ભગવાન શાંતિનાથને નમસ્કાર કરવામાં આવ્યા છે અને નીચે મુજબ શાંતિનાથની પ્રાર્થના અને પ્રભાવ

બતાવવામાં આવ્યા છે. (1) ભગવાન શાંતિનાથ શાંતિ કરનારા છે. (2) ભગવાન શાંતિનાથ મને શાંતિ આપો. (3) જેના ઘરમાં શાંતિનાથ પૂજાય છે તેના ઘરમાં સદાય શાંતિ થાય છે અને ઉપદ્રવો, દૃષ્ટ ગ્રહોનો પ્રભાવ, દુઃસ્વપ્નાદિનો પ્રભાવ દૂર થાય છે અને ભક્તજનોને સુખ અને કલ્યાણની પ્રાપ્તિ થાય છે. ત્યાર બાદ શ્રમણસંઘથી લંબાવીને સમસ્ત જીવલોકને શાંતિ થાઓ એવી ઘોષણા કરવામાં આવી છે. અને પછી ઔં સ્વાહા! ઔં સ્વાહા! ઔં શ્રી પાર્શ્વનાથાય સ્વાહા! કહીને શાંતિપાઠ પુર્ણ કરવામાં આવ્યો છે.

આજે સંવત્સરિ ક્ષમાપનાના દિવસે આપણે બૃહત્ શાંતિની વાત કરીને તેમાં રહેલા સ્વની સાથે સકળ વિશ્વની શાંતિની ભાવના ભાવીએ અને બધા માટે પ્રાર્થના કરીએ.

શિવમસ્તુ સર્વ જગત:
પરહિત નિરતાં ભૂતગણા:
દોષા પ્રયન્તુ નાશં:
સર્વત્ર સુખી ભવતુ લોક:
સમસ્ત વિશ્વનું કલ્યાણ થાઓ
બધા જીવો કલ્યાણમાં પ્રવૃત્ત બનો
બધાના દોષો દૂર થાઓ
સર્વ જીવો સુખી થાઓ.

જાણતા કે અજાણતાં કોઈના મનને મન વચન કે કાયાના યોગથી દુઃખ કે હાની પહોંચાડી હોય તો મનના ઊંડાણમાંથી અને બીજીવાર એવું નહીં થાય એવા સંકલ્પથી ક્ષમા માંગું છું.

5

2020

દિવસ : 1

આજથી પર્યુષણપર્વનો પ્રારંભ થાય છે. ત્યાગ અને તપશ્ચર્યાનું આ પર્વ છે. આંતરખોજનું આ પર્વ છે. આઠ દિવસ રોજિંદી પ્રવૃત્તિનો ત્યાગ કરી આત્માની સમીપ રહેવાનું છે. આત્માની ઓળખ મેળવવાની છે. ભગવાને બતાવેલા પાંચ કર્તવ્યો અને આખું વર્ષ કરવાના અગિયાર કર્તવ્યોનું પાલન કરીને આત્મશુદ્ધિ કરવાની છે. પર્યુષણના આરાધના કરવા માટેના પાંચ કર્તવ્યોનું પ્રતિપાદન આત્માની અને આચરણની શુદ્ધિ માટે છે. ભગવાન મહાવીરનું સૂત્ર છે, ”જીવો અને જીવવા દો.” ”નમો જિણાણં જિય ભયાણં.”

ગાંધીજીએ ગીતાના સંદર્ભમાં કહ્યું છે:”હું તો દુર્યોધનાદિને આસુરીવૃત્તિઓ ગણું છું અને અર્જુનાદિને દૈવીવૃત્તિઓ ગણું છું. ધર્મક્ષેત્ર આપણું શરીર છે જેમાં દ્વંદ ચાલ્યું જ જાય છે. ભગવાન તો અંતર્યામી છે જે આપણી અંદર વાસ કરીને હંમેશા ચિત્ત (આત્મ) શુદ્ધિ તરફ જવાનો સંકેત આપ્યા કરે છે. પણ આપણે સાંભળતા નથી.” બસ આ જ સંકેત આપણે સમજવાનો છે. અત્યારનો આપણો સમય આપણે ક્યારે ય અનુભવ્યો નથી. આપણે લોકડાઉનના ચાર તબક્કા પસાર કરીને અનલોક થ્રી અને ન્યુ નોરમલના સમયમાં આવી ગયા છીએ.

વૈશ્વિક મહામારી કોરોના અર્થાત્ કોવિડ-19 એવી રીતે ત્રાટકી છે કે જાણે વિશ્વ આખું થંભી ગયું છે. સુપર ફાસ્ટની ગતિએ દોડતા સમયને ઈશ્વરે ફરજિયાત બ્રેક મારી દીધી છે. Work from home ની જેમ પર્યુષણની આરાધના from home કરવાની છે. ઉપાશ્રય, વ્યાખ્યાન, ધાર્મિક વરઘોડા, સેવાપૂજા, વગેરે પ્રવૃત્તિઓ બંધ છે. એટલે બહાર નથી જવાનું પણ અંદર જવાનું છે. વાંચન, સામયિક, દેવ વંદન, કાઉસગ્ગ વગેરે સમૂહમાં નહીં પણ એકલા બેસીનેકરવાના છે. અને પરમ શાંતિનો અનુભવ કરવાનો છે.

<h2 style="text-align:center">દિવસ : 2</h2>

તત્ત્વાર્થસૂત્ર જૈન ધર્મનો પાયાનો ગ્રંથ છે. તત્ત્વાર્થના પહેલા અધ્યાયનું પહેલું સૂત્ર છે :

સમ્યક્દર્શન-જ્ઞાન-ચરિત્રાની મોક્ષ માર્ગ:

સમ્યક્ દર્શન, સમ્યક્ જ્ઞાન અને સમ્યક્ ચારિત્ર મળીને મોક્ષમાર્ગ છે. સમ્યક્ નો અર્થ થાય છે સાચું અર્થાત્ સત્ય. સમ્યક્ દર્શન વિના સમ્યક્ સમ્યક્ જ્ઞાન અને સમ્યક્ ચારિત્રની પ્રાપ્તિ થતી નથી. સમ્યક્ દર્શન કેવી રીતે મેળવવું તે માટે એક દ્રષ્ટાંત છે. દા.ત. આપણે ક્યાં જવું છે? એ જગ્યા શું છે? અને કેવી રીતે જવાય? એનું થોડું જ્ઞાન હોવું જરૂરી છે. હવે ધારો કે મુંબઈ જવું છે તો કેમ જવું છે અને કેવી રીતે જવાશે? તો જવાબ છે મુંબઈમાં વેપાર-ધંધાની વિપુલ તકો છે અને મુંબઈ જતી ટ્રેન, બસ કે પછી વિમાનમાં બેસીશું તો જ મુંબઈ પહોચાશે. પૂના જતા વાહનમાં બેસી જઈશું તો મુંબઈ નહિ પહોંચાય.એવી જ રીતે મોક્ષમાર્ગની સમજ હોવી જરૂરી છે. અને ત્યાં પહોંચવા માટે ભગવાને જે તત્ત્વો કહ્યાં છે તેના પર અખૂટ શ્રદ્ધા રાખી આગળ વધવું એટલે સમ્યક્ દર્શન. એ તત્ત્વોનો અભ્યાસ કરવો એટલે સમ્યક્ જ્ઞાન. અને અશુભમાંથી શુભ તરફ ગતિ એટલે ચારિત્ર.

વિનુ-ગીતાના પ્રવચનોમાં વિનોબા ભાવેએ પણ દેહની નશ્વરતા વિષે

વાત કરી છે. માણસ ધારી બેસે છે કે હું એટલે આ શરીર. પણ હકીકતમાં શરીરતો નશ્વર છે, આત્મા જ શાશ્વતછે. દેહની નશ્વરતાનું ભાન થવું એ પહેલો સિધ્ધાંત છે અને હું આત્મા છું એવી જાગૃતિ બીજો સિધ્ધાંત છે. અનંત જન્મોની પરંપરામાંથી પસાર થઈને આત્માને ઓળખી, તેમાં આત્મસાત્ થઈ પરમતત્ત્વમાં લીન થવાનું છે. પરમતત્ત્વના મહાસાગરમાં લીન થઈ જવું એ જ માનવનો પરમધર્મ છે.

અત્યારના પેનડેમિક સમયમાં ઘણાં એવા ભાવિકો હશે જમને ચિંતા અને ભય સતાવતા હશે. એકબાજુ એમ થાય કે દેરાસર તો જવું જ પડે, સેવાપૂજા તો કરવી જ પડે, નહિ કરું તો દોષ લાગશે ? બીજી બાજુ ડર ઊભો થશે કે ક્યાંક કોરોના થઈ જશે તો? ડરને મનમાંથી કાઢી નાખીએ ડરવાની જરૂર નથી. સંજોગોનો સ્વીકાર કરવો એ આપણું પહેલું કર્તવ્ય છે.

દિવસ : 3

તત્ત્વાર્થનો સાર સમજવા તત્ત્વોનો અભ્યાસ ખૂબ જ જરૂરી છે. છતાં પણ તત્ત્વાર્થની વાત શરૂ કરી છે તો તેનો ટૂંકમાં સાર કહેવો છે. સંસારનું સુખ (ભૌતિક), દુ:ખ મિશ્રિત, દુ:ખ ફલક અને દુ:ખાનુબંધી છે. વળી અંતરાવાળુ છે. દા.ત. ટીવી અને મોબાઈલનો ગમે તેટલો શો ખ હોય તો પણ સતત ભોગવી શકાય નહિ. આંતરો તો પાડવો જ પડે. છતાં ય મનમાં ઉચાટ રહે કે આ જોવાનું રહી જશે. સંયમિત ઉપયોગ ચિત્તને શાંત રાખે છે. વળી ભૌતિક સુખ ભોગવવા શરીર, ઈન્દ્રીયો, ધન વગેરે સાધનો જોઈએ છે. પણ આ જગતમાં કશુંય નિત્ય નથી. અનિત્ય એટલા માટે કે ગમે તેટલું ભોગવીએ પણ સંતોષ થતો નથી. સુખ ભોગવવાની ઈચ્છા માત્રથી સુખ ભોગવતું નથી એના માટે પુણ્યોદય જોઈએ. દા.ત. મિષ્ટાન્ન ખાવાની બહુ ઈચ્છ થતી હોય પણ પૈસા ના હોય. અને પૈસા આવે ત્યાં સુધીમાં સ્વાસ્થ્ય નબળું પડ્યું હોય. ખાવા, પીવા અને હરવાફરવા પર પ્રતિબંધ આવી ગયો હોય.

મોક્ષમાર્ગ સુધી પહોંચવાની સફરમાં આત્માની ઓળખ ઉપર ભાર

મુકાયો છે. આત્માના પાંચ પ્રકારના ભાવ ગણ્યા છે. એમાં ક્રોધ અને શુભ બે ભાવ મુખ્ય છે. ક્રોધ આવવાના કારણો રાગ,દ્વેષ,મોહ અને અભિમાન છે. ક્રોધનું શમન કરીને શુભભાવ તરફ ગતિ કરવાની છે. આત્માની ચાર ગતિ છે. નારક, મનુષ્ય, તિર્યંચ અને દૈવગતિ. એમાંથી આપણે દૈવગતિ તરફ ગમન કરવાનું છે. કેવી રીતે કરીશું?

મન, વચન, કાયાની ક્રિયા એ યોગ છે. જેમ બારી દ્વારા કચરો મકાનમાં આવે છે તેવી રીતે બહારથી કર્મરૂપી કચરો આત્મા પર પડે છે જેને જૈન દર્શનમાં આશ્રવ કહેવાય છે. આશ્રવ દ્વારા થતાં સારા ખોટા કર્મો બીજા ભવનું કારણ બને છે, જેને કર્મબંધ કહેવાય છે. પરમાર્થ અપેક્ષાએ પુણ્ય અને પાપ કહેવાય છે. અશુભ આશ્રવને દૂર કરવા શુભ આશ્રમનું પ્રયોજન થયું છે. ધર્મને શુભ આશ્રવ ગણ્યો છે. એનું બીજું નામ સંવર આશ્રવ છે. સંવર અર્થાત્ ધર્મ દ્વારા અશુભ કર્મો (પાપ) ક્ષીણ થાય છે તેને નિર્જરા કહેવાય છે. રાગ, દ્વેષ અને કર્મ થી સંવર છેદાય છે અને નરમ પડે છે. તેનાથી આત્મવિચારણા (ધર્મભાવના) પ્રબળ બંને છે. તેનાથી નિષ્કામ ભાવ પ્રગટ થાય છે તે નિર્જરા છે. આ જ સંસારયાત્રા છે. આ માર્ગે જીવ આધ્યાત્મિક વિશ્વમાં પ્રવેશ કરે છે.

આખરે તો ધર્મ શું છે? સત્ય, અહિંસા અને સદ્ ભાવના એ પરમ ધર્મ છે. વેદ વ્યાસ કહે છે : 18 પુરાણોમાંથી બે જ વાત ગ્રહણ કરવી હોય તો પહેલું પરોપકાર જેવું પુણ્ય નથી અને પરપીડન જેવું પાપ નથી.

દિવસ : 4

આજે કલ્પસૂત્ર વાંચન અર્થાત્ શ્રુતજ્ઞાનની ઉપાસનાનો દિવસ છે. કલ્પસૂત્રની રચના શ્રુતકેવળી ભદ્રબાહુ સ્વામીએ કરેલી છે. કલ્પસૂત્ર વાંચનની આ પરંપરા શાશ્વત નથી. મહાવીરસ્વામીના નિર્વાણ પછી 980 વર્ષે આ ગ્રંથની વાચનાનો પ્રારંભ થયો હતો. કલ્પસૂત્રનો મૂળ સ્રોત જૈન આગમ છે. ભગવાનની વાણીને ગણધરોએ ઝીલી છે. અને દ્વાદશાંગીની રચના કરી છે. આ દ્વાદશાંગીનું સાહિત્ય અત્યારના ૪૫ આગમોમાં મોજૂદ છે. આગમો જૈન બંધારણનો પાયો છે. જીવમાંથી

શીવ બનવાની પ્રક્રિયાનું વિશદ માર્ગદર્શન આપવામાં આવ્યું છે. તમારું કર્મ જ તમારી ગતિનું કારણ બને છે તેવા દ્રષ્ટિબિંદુથી ભગવાન મહાવીરે ઈશ્વર કર્તાહર્તા નથી,પરંતુ કર્મો જ આપણા ભાગ્યવિધાતા બને છે તેવી વિશિષ્ટ દ્રષ્ટિ "ઉવવાઈ" નામના આગમમાં કરીછે.

"ઉત્તરાધ્યયનસૂત્ર" ભગવાન મહાવીરની અંતિમ દેશનારૂપે અનોખી શ્રદ્ધા ધરાવે છે. આ સૂત્ર વિશેષ ઉપકારી મનાય છે કારણકે આયુષ્યના અવશેષ છેલ્લા બે દિવસો આસો વદ ચૌદસ અને અમાસ બે ઉપવાસના વૃત્તમાં ભગવાને સળંગ 48 કલાક સુધી 18 દેશના રાજા સહિત 12 પ્રકારની પરિષદમાં અખંડ ઉપદેશ (દેશના) આપ્યો છે. ભગવાનની અંતિમ દેશના હોવાથી મહાવીરસ્વામિના નિર્વાણ દિને તથા ચાતુર્માસ દરમિયાન ઉપાશ્રયોમાં રોજના વ્યાખ્યાનમાં આસૂત્રની વાચના થાય છે.

જૈન ધર્મનો એક આગવો અને અદ્ભૂત ગ્રંથ છે જેનું આજે સ્મરણ થાય છે. 13મી સદીમાં સિધ્ધર્ષિ ગણિ રચિત "ઉપસમિતિ ભવ પ્રપંચાકથા" આઠ દળદાર ગ્રંથમાં વિસ્તાર પામેલ મહાકથા છે. નવલકથાના સ્વરૂપમાં આલેખાયેલ આ કથામાં 2500 જેટલા પાત્રો છે. આ કથાનો નાયક દ્રુમક ભિખારી જે વાસ્તવમાં સંસારી જીવ છે. તેના ભાવચક્રના પરિભ્રમણની કથામાં નિગોદથી આરંભીને મોક્ષપ્રાપ્તિ સુધીની આત્માની સફર છે. શુભભાવોનો પરિવાર અને અશુધ્ધ ભાવોનો પરિવાર, તેમની પાત્રોરૂપે ઓળખ અને તેનાથી થતી આત્મા ઉપર અસરનું ખૂબજ સુંદર રીતે વર્ણન રૂપકો દ્વારા સમજાવવામાં આવી છે.

આમ ધાર્મિક સાહિત્યના અમૂલ્ય વારસાને શ્રુતજ્ઞાન ગણી આજે તેની પૂજા કરીએ. ઓમ રીં નમો નાણસ્ય. શબ્દ અને શિલ્પ દ્વારા જ ધર્મ અને સંસ્કૃતિ જીવંત રહે છે. ધર્મ કોઈપણ હોય તેનો ધર્મગ્રંથ પૂજનીય છે.

દિવસ : 5

આજે ભગવાન મહાવીરના જન્મ-વાંચનનો દિવસ છે. આજના

દિવસનો અનોખો મહિમા છે. ભગવાન મહાવીરના માતા ત્રિશલાદેવીને આવેલા 14 સ્વપ્નોના પ્રતિકરૂપે 14 સુપનો ઉપાશ્રયોમાં ધામધૂમથી ઉતારવામાં આવે છે. એમના 27 ભવોનું વાંચન કરવામાં આવે છે. દેરાસરો શણગારવામાં આવે છે અને પ્રભુજીને ખૂબ સુંદર અંગરચના કરવામાં આવે છે. જેને ભવ્ય આંગી કહીએ છીએ. ભવ્ય આંગી એટલે પ્રભુના દેહનો શણગાર નહિ પરંતુ પ્રભુના ગુણોનો, પ્રભુના વચનોનો શણગાર છે.

અહિંસા, અપરિગ્રહ અને અનેકાંતવાદ પ્રભુએ જગતને આપેલી અનુપમ ભેટ છે. અહિંસા એટલે મન, વચન અને કાયાના યોગથી થતી હિંસાને કેવી રીતે રોકવી એનું સૂક્ષ્મ અધ્યયન પ્રભુએ કરેલુ છે. હિંસાનો અર્થ માત્ર કોઈ જીવને મારવો એટલો જ નથી. કોઈનું મન દુભાવવું અથવા કોઈને અપ શબ્દો કહેવા એ પણ હિંસા જ છે. માટે બધા પર પ્રેમભાવ રાખવો એ અહિંસાના માર્ગ પર પહેલું ચરણ છે. અપરિગ્રહમાં ખપ પુરતી વસ્તુઓના ઉપયોગ ઉપર ભાર મુકાયો છે. વસ્તુનો અતિરેક અથવા અતિ ભરાવો લોભના કારણો બંને છે. "સંતોષી નર સદા સુખી" એ કહેવત અનુસાર સંતોષથી જીવવું જોઈએ. અનેકાંતવાદમાં આપણો જ કક્કો ખરો એવો હઠાગ્રહ ના રાખતા બીજાના દ્રષ્ટિકોણને પણ સમજવાનો પ્રયત્ન કરવો જોઈએ. દરેકનું નિજ સત્ય જુદું હોઈ શકે છે.

આપણે અત્યારના સમયમાં અહિંસા, અપરિગ્રહ અને અનેકાંતનું પાલન કરવાનો પ્રયત્ન કરીએ. કોરોના એ માણસને માણસથી વિખૂટો પાડી દીધો છે. દરેક જણ પોતાની અંગત મૂંઝવણના કારણે તણાવોમાં છે. કોઈ પૈસાના કારણે, તો વળી કોઈ પોતાની કે કુટુંબીજનની તબિયતના કારણે મૂંઝાયેલો છે. તેની પરિસ્થિતિ સમજવાનો પ્રયત્ન કરીએ, શક્ય હોય તો મદદ કરીએ પણ બધાથી ઉપર પ્રેમભાવ તો જરુર રાખીએ. કોઈને કહું છે જગત આજે ગરીબીના લીધે એટલું દુ:ખી નથી જેટલું પ્રેમની ગરીબીના કારણે છે. પ્રેમના ગરીબ કોઈને ના રાખીએ. કૃતજ્ઞ બનીએ." હે, પ્રભુ આ કપરાં કાળમાં તારી કૃપાના લીધે હું સલામત છું."

દિવસ : 6

ક્રોધ પ્રથમ કષાય છે તો લોભ અંતિમ કષાય છે. શય્યંભવસૂરિજીએ દસવૈકાલિકમાં લખ્યું છે : ક્રોધ પ્રેમનો નાશ કરે છે. ક્રોધને જન્મ આપનાર અજ્ઞાન છે. ભાગવત કહે છે, અહંકાર જેટલો વધુ એટલો ક્રોધ વધુ. અહંકાર હંમેશા સન્માનની અપેક્ષા રાખે છે. પણ હંમેશા અપેક્ષા મુજબનું સન્માન મળતું નથી એટલે અહંકાર ઘવાય છે અને માણસ રઘવાયો બંને છે અને ગુસ્સે થાય છે. ગાઢ જાગૃતિ હોય ત્યાં ક્રોધ લગભગ અશક્ય બને છે. ક્રોધ પર વિજય મેળવવો સહેલો છે કારણ કે એ સહેલાઈથી નજરે ચઢે છે. પોતાને પણ અને બીજાને પણ. ક્રોધ કરતા માન પર વિજય મેળવવો મુશ્કેલ છે કારણકે ક્રોધ કરતા એ સુક્ષ્મ છે. માન વિનયનો નાશ કરે છે. માન પણ જાણી શકાય છે જેવી રીતે કોઈ છાતી કાઢીને ચાલતું હોય તો દેખાઈ જાય કે આ અભિમાની છે. માન કરતા પણ માયા વધારે સુક્ષ્મછે કારણકે તે મિત્રોનો નાશ કરે છે. વળી તે જાણી શકાતી નથી. જાણી ના શકાય તેને જ તો માયા કહે છે. સામાન્ય રીતે જેનું સૌમ્ય મુખ હોય, મધ જેવી મીઠી વાણી હોય, આંજી નાંખે એવું આકર્ષક વ્યક્તિત્વ ધરાવતો હોય એવા માણસોથી આપણે પ્રભાવિત થઈ જઈએ છીએ પણ અહીં ચાણક્ય આપણને ચેતવે છે: ”બંધુઓ ભોળવાઈ નહીં જતા. મુખ સૌમ્ય છે પણ હ્રદય કેવું છે તે જુઓ. વાણી મીઠી છે પણ અંતરનું વલણ કેવું છે તે જૂઓ. આ જ ધુર્તના લક્ષણો છે.”

અંતિમ કષાય લોભ છે. લોભ સર્વનાશ કરે છે. લોભનું આધુનિક નામ મહત્ત્વાકાંક્ષા છે. મહત્ત્વાકાંક્ષા એટલે લોભ. લોભ માત્ર ધનનો જ હોય એવું નથી. સત્તા કીર્તિ ખાવાનો અનેક વસ્તુના લોભ હોઈ શકે છે. એને મેળવવા માણસ ગમે તે કક્ષાએ જઈ શકે છે. લોભ આંધળો છે,આ મારા બાપા છે કે આ મારો ભાઈ છે કે મિત્ર, કોઈને છોડતો નથી. આ કષાયોમાંથી મુક્ત થઈએ. કમળની જેમ અલિપ્ત રહેતા શીખીએ. કમળ કાદવમાં જ વૃદ્ધિ પામે છે, સરોવરમાં જ અસ્તિત્વ ટકાવે છે છતાં એને ના કાદવ સ્પર્શે છે કે નહિ જળ.

દિવસ : 7

વિશ્વનો પ્રત્યેક વિચારક માનવ મંગલની ઝંખના કરે છે. મંગલની સાધના, મંગલનું સંશોધન, મંગલની પ્રાપ્તિ અને મંગલની મંગલની શરણાગતિ માનવીનું લક્ષ્ય છે.

જેમ કસ્તુરિયો મૃગ આખુ જંગલ ફરી વળે છે પણ ખુદાની નાભિમાં રહેલી સુગંધ અર્થાત્ કસ્તૂરીને ઓળખી શરતો નથી એવી રીતે માણસ પણ શાંતિ માટે માર્યો માર્યો ફરે છે પણ અંતરમાં રહેલા આત્માને ઓળખી શકતો નથી. ભીતરમાં એક ડોકિયું કરે તો એને આત્માનો અવાજ સંભળાય. જીવનનું સત્ય ફક્ત તેમને જ સમજાય છે જે સ્વયંને જોવામાં સમર્થ થઈ જાય છે. પથરાળ જમીનમાં ગમે તેટલા બીજ નાંખીને પાણી સીંચ્યા કરીએ તો પણ ફૂલ થાય નહિ. ફૂલની ઈંચ્છા હોય તો કાળી માટી અને ફળદ્રુપ જમીનમાં બીજ વાવવું પડે તો જ ફૂલ મળે. હજારવાર ખોટી ચાવી ફેરવીએ તો તાળું ના ખૂલે પણ એક જ સાચી ચાવી ફેરવીએ અને તાળું ખૂલી જાય છે. એવી રીતે આપણને મંગલ જોઈએ છે ખરું પણ મંગલને આચરણમાં મૂકવું નથી.

આજના દિવસે આપણે જગતના પ્રત્યેક જીવ પ્રત્યે મંગલની પ્રાર્થના કરીએ.
કોરોનામાં સપડાઈને મૃત્યુ પામેલા સદ્ગત્ આત્માઓની શાંતિ માટે મંગલ પ્રાર્થના.
બદલાયેલી ન્યુ નોરમલ જીવનશૈલી (માસ્ક અને સોસિયલ ડીસ્ટન્સ) આપણા માટે વરદાન બની રહે
એવી મંગલ પ્રાર્થના.
કોરોનાની નાબૂદી સાથે જગતના અનિષ્ટો પણ નાબૂદ થાય એવી મંગલ પ્રાર્થના.
પ્રસ્તુત સ્તુતિ આપણા મનમાં શુભ (મંગલ)નું બીજ રોપવાનો પ્રયત્ન છે.

અરિહંત શુભ છે
સિધ્ધ શુભ છે
સાધુ શુભ છે
કેવલી પ્રરૂપિત ધર્મ શુભ છે.

સર્વથા સૌ સુખી થાઓ.
પાપ ના કોઈ આચરો
રાગદ્વેષથી મુક્ત થઈને
મોક્ષ સુખ સૌ જગ વરો.

દિવસ : 8

આજે સંવત્સરી છે. ક્ષમાપનાનો દિવસ. આજે જાણતા કે અજાણતાં કોઈના હ્રદયને મન, વચન અને કાયાના યોગથી દુ:ખ પહોંચાડ્યું હોય કે પછી કોઈ જીવને હાની પહોંચાડી હોય તો ખરા મનથી, બીજીવાર આવી ભૂલ નહિ થાય એવા સંકલ્પ સાથે ક્ષમા માંગું છું. સૌથી પહેલી ક્ષમા આપણે આપણા શુદ્ધ સ્વરૂપી આત્માની માંગવાની છે. ભગવાને કહ્યું છે નાનકડી ગોટલીમાં જેમ આંબાનું વિશાળ સ્વરૂપ સમાયેલું છે તેમ આત્મામાં પરમાત્મા છુપાયેલો છે. પણ આપણે હજી આમ્રમંજરીરૂપે મહોર્યા નથી. ભૂમિમાં હજી એ જ ગોટલી સ્વરૂપે કર્મરસથી મલિન, કષાયોથી ઘેરાયેલા, દોષોથી ભરેલા ગોટલી જેવા જ પડ્યા છીએ. એટલે બધાથી પહેલા આપણા આત્માની ક્ષમા માંગીએ કે મને ક્ષમા કરજે તારામાં વસેલા દયા, શાંતિ, અને પવિત્રતાની ઉપેક્ષા કરીને તારા પર એક પછી એક કર્મના આવરણો પાથરતો ગયો છું, પરિણામે તારા શુદ્ધ સ્વરૂપથી ઘણો દૂર ચાલ્યો ગયો છું. હવે મેં આત્માની સમીપ રહેવાનો નિર્ણય કર્યો છે. અને પછી તમામ જીવોને ખમાવવાના છે.

6
2019

દિવસ : 1

અરિહંત શુભ છે,
સિધ્ધ શુભ છે,
સાધુ શુભ છે,
કેવલી પ્રરૂપિત ધર્મ શુભ છે.

આ સ્તુતિ આપણા મનમાં શુભ (મંગલ)નું બીજ આરોપવાનો પ્રયત્ન છે. કારણકે જે કાંઈ શુભ છે, મંગલ છે તેની અપેક્ષા સ્વાભાવિક છે. આપણે બધા જ મંગલ ઇચ્છીએ છીએ,કોઈ અમંગલ ઇચ્છતું નથી. આપણે જે ભાવ ઇચ્છીએ છીએ એજ ભાવ બીજા માટે પણ ઇચ્છીએ તો એનાથી મંગલ વાતાવરણ ઊભું થશે. અશુભનો નાશ થશે, મૈત્રીભાવનું ઝરણું વહેશે. કંઈક સારું કર્યાના ભાવથી મનમાં પ્રસન્નતા વ્યાપી જશે. આપ્રસન્નતા સ્થિર રાખીશું તો મારાપણાનો ભાવ (ઈગો) વિદાય લેશે કોઈના માટે અશુભ ભાવ રહેશે નહિ. આ શુદ્ધ ભાવ એટલે જ કેવલી. કેવલી અર્થાત્ જ્ઞાની.

આજે પર્યુષણપર્વના મંગલ પ્રારંભે રાગદ્વેષ નો ત્યાગ કરીએ. પરમાત્માની વાણીને યાદ કરીએ. સાંસારિક અપેક્ષાઓ અને

પ્રલોભનોથી દૂર રહિયે. હ્રદયમાં મંગળભાવ રાખી જ્ઞાનનો પ્રકાશ પ્રગટાવીએ.

દિવસ : 2

અરિહંત લોકોત્તમ છે
સિધ્ધ લોકોત્તમ છે
સાધુ લોકોત્તમ છે
કેવલી પ્રરૂપિત ધર્મ લોકોત્તમ છે.

જ્યારે ભગવાન મહાવીર કહે છે અરિહંત લોકોત્તમ છે ત્યારે આપણી સમજમાં આવતું નથી કારણ કે અરિહંત કે સિધ્ધનું આપણને જ્ઞાન નથી, અરિહંત જેવી કોઈ લહેરનો આપણને સ્પર્શ થયો નથી, કેવલી પ્રરૂપિત ધર્મમાં આપણે પ્રવેશ કર્યો નથી. આપણે નાનપણથી રટણ કરતા આવ્યા છીએ કારણકે ભગવાને કહ્યું છે અને વડીલોએ શિખવાડ્યું છે પણ એમાં અંત:સ્ફુરણનો અભાવ છે.

આપણને કેટલીય બાબતોનો પસ્તાવો થાય છે કે આપણને જે મળવા જેવું હતું, આપણને લાગે છે કે આપણે જ લાયક હતા એવા ઊંચા પદ અને પ્રતિષ્ઠા આપણને ના મળ્યા. પણ ક્યારેય એવો પસ્તાવો થાય છે કે અરિહંત ના મળ્યા કે સિધ્ધ ના મળ્યા? કોઈ કહેશે કે હું તો નવકાર મંત્ર ભણ્યા કરું છું પણ વિચારશે નહિ કે આ મંત્ર ભીતરમાં પ્રવેશ કરી રહ્યો છે કે નહિ?

ખરા મનથી જે નિરંતર અરિહંત મંગળ છે,લોકોમાં ઉત્તમ છે એવું રટણ કરતો હોય પછી ભલેને તે પોપટિયું હોય છતાંય ઉપરછલ્લું ના હોય તો જ્યારે પણ કંઈક ખોટું કરવાનો ભાવ જાગશે ત્યારે અંતરતલમાંથી અવાજ ઉઠશે કે તું જે કરવા જઈ રહ્યો છું તે તારા માટે ઉત્તમ નથી, શ્રેષ્ઠ નથી. એ જ રીતે સાધુ લોકોત્તમનું મનન કોઈક નબળી ક્ષણોમાં અસાધુ બનતા એને રોકશે.

મહાવીર ભગવાને માનવીના શુદ્ધ આત્માને પરમાત્મા માન્યો છે.ભગવાનની દ્રષ્ટિમાં એક જ ઈશ્વર છે એવો ખ્યાલ નથી. પ્રત્યેક માનવી દિવ્ય છે. કોઈને કોઈ દિવસે એનામાં જે છુપાયેલું છે તે પ્રગટ થશે. આજે જે બીજ છે તે કોઈક દિવસે અથવા કોઈક ભવે પ્રગટ થશે અને વૃક્ષ બનશે. શાસ્ત્રોમાં લખેલો ધર્મ ઉત્તમ છે એમ મહાવીર કહેતા નથી. કેવલી પન્નતો અર્થાત્ કેવળજ્ઞાનની ક્ષણોમાં જે ઝરી રહ્યોછે તે જીવંત ધર્મ ઉત્તમ છે, શાસ્ત્રો નહિ. જોકે એ મેળવવા ઘણી મોટી કિંમત ચૂકવવી પડે છે. તેના માટે સ્વયંને ખોઈ નાંખવાની અને ભીતરમાં ઘણું બધુ રૂપાંતરિત કરવાની તૈયારી જોઈએ તો જકેવલી પ્રરૂપિત ધર્મ કોઈ પણ શાસ્ત્ર કે ભગવાનની મધ્યસ્થી વગર સ્થાપી શકાય. અહીં આત્મદીપો ભવ: બનવાની વાત છે.

દિવસ : 3

હું અરિહંતનું શરણ સ્વીકારું છું,
હું સિધ્ધનું શરણ સ્વીકારું છું,
હું સાધુઓનું શરણ સ્વીકારું છું.

કૃષ્ણભગવાને ગીતામાં કહ્યું છે: સર્વ ધર્માન પરત્યિજ્ય,મામકં શરણં વ્રજ. "અર્જુન તુ બધા ધર્મો છોડીને મારે એકને શરણે આવીજા" તે યુગ અત્યંત સરળ,નિદોષ અને શ્રદ્ધાનો હતો. પરંતુ મહાવીર ભગવાનના સમય સુધીમાં માનવીના ચિત્તમાં ઘણો ફરક પડી ગયો. એમણે એમ ના કહ્યું," તું બધુ છોડીને મારે શરણે આવી જા." એમના સૂત્રોમાં શરણાગતિ સાધક તરફથી સ્વીકારાઈ છે. "હું અરિહંતનું, સિધ્ધનું, સાધુનું, કેવલી પ્રરૂપિત ધર્મનું શરણ સ્વીકારું છું. શરણનો સ્વીકાર અહંકારનો અંત છે શ્રદ્ધાની હૃદયમાં સ્થાપના છે. ચેતનામાં ધર્મનો જે વિકાસ તે અહંકારના વિસર્જનથી જ થાય છે. શરણે જાઉં છું એટલે હજુતો વિચાર આવ્યો છે. પહોંચતા એક જન્મ પણ લાગે કે અનંત પણ લાગે.

કેવલી પન્નતો ધમ્મો શરણં અર્થાત્ પહેલા ધર્મની ઓળખાણ કરવાની છે. જિનેશ્વરે કહેલો ધર્મ સત્ય છે એવી શ્રદ્ધા રાખવાની છે. શુક્લ ધ્યાન એ કેવળજ્ઞાનની શ્રેણી છે. શુકુલ ધ્યાન એટલે ધોળો રંગ નહિ પણ રાગની મલિનતા વગરનું ઊજળું પવિત્ર ધ્યાન.

<h2 style="text-align:center">દિવસ : 4</h2>

મોક્ષાગ્રદ્વારભૂતં, વ્રતચરણફલં, જ્ઞેયભાવપ્રદીપં,
ભક્ત્યા નિત્યં પ્રપદ્યે, શ્રુતમહમખિલં, સર્વલોકૈકસારમ્.

મોક્ષના દ્વાર સમાન, વ્રત અને ચારિત્રરૂપી ફળવાળા
જાણવા યોગ્ય તત્ત્વોને પ્રકાશિત કરવામાં દીપક સમાન
અને સમસ્ત વિશ્વમાં અદ્વિતીય સારભૂત એવા સમસ્ત
શ્રુતનું હું ભક્તિપૂર્વક અહર્નિશ શરણ ગ્રહણ કરું છું.

મૂળ વૈદિક શાસ્ત્રો જેમ વેદ કહેવાય છે, તેમ જૈન શાસ્ત્રો શ્રુત, સૂત્ર, કે આગમ કહેવાય છે. આગમને જિન પ્રતિમા જેટલું જ મહત્વ આપવામાં આવ્યું છે. પર્યુષણના ચોથા દિવસથી કલ્પસૂત્ર વાચનનો પ્રારંભ થાય છે. કલ્પસૂત્ર જૈન ધર્મનો મહત્ત્વનો ગ્રંથ છે. એસ્વતંત્ર આગમ નથી પરંતુ આગમનો એક ભાગ છે, છતાં તેનું મહત્ત્વ આગમ ગ્રંથ જેટલું જ છે. કલ્પ એટલે આચાર. જૈન દર્શને વિચાર કે ભાવનાનો મહિમા કર્યો છે પરંતુ એ મહિમા ત્યારે જ સાર્થક થાય જ્યારે જીવનમાં એનું રૂપાંતર થાય. ધર્મ કહે છે આચાર વગરના વિચારનું કોઈ મહત્ત્વ નથી. એ આચારનું જ્ઞાન પ્રાપ્ત કરવાનું સાધન કલ્પસૂત્ર છે જેનું શ્રવણ ગુરુભગવંતો પાસેથી કરવું ઉત્તમ ધર્મ કાર્ય છે. તેનાથી જ્ઞાન, તપ, શીલની સમજ આવે છે અને સમ્યક્ દર્શન તરફ ગતિ થાય છે.

૭૭

૭૭

દિવસ : 5

નમો જિણાણં જિયભયાણં

નમો જિણાણં એટલે જિનેશ્વર પ્રભુને નમસ્કાર,
જિય ભયાણં એટલે ભયને જિતનાર નિર્ભયને,
ભયને જિતનાર નિર્ભય જિનેશ્વર પ્રભુને નમસ્કાર.

ભગવાન મહાવીરનું સૂત્ર છે જીવો અને જીવવા દો. જગતભરના જીવોને આત્મ સમાન ગણો. ભગવાને અહિંસાના ચાર અભિગમ દર્શાવ્યા છે, મૈત્રી, સમતા, નિર્ભયતા અને કરુણા. મન વચન અને કાયાથી કોઈપણ જીવની હિંસા કરવી નહિ. દરેક જીવ પ્રત્યે પ્રેમભાવ રાખીને જગતને અભયની શ્રેષ્ઠ બક્ષિસ આપી શકાય. મૈત્રીભાવ કેળવીએ પછી આપોઆપ સમતાભાવ પણ જોડાય છે. જેટલો સરળ ભાવ આપણે બીજા પ્રત્યે રાખીએ એવો જ ભાવ સામાના મનમાં આપણા માટે પ્રગટે છે. વધારે પડતો રાગ અપેક્ષા સર્જે છે એનાથી લેવાદેવા વગરનો ક્લેશ ઊભો થાય છે. કમળની જેમ નિસ્પૃહ રહેવાનું ભગવાન કહે છે. સંસારરૂપી કાદવમાં કમળ ખીલે છે છતાંય એના સૌંદર્યમાં જરાય કાદવનો અંશ નથી એવી રીતે અલિપ્ત ભાવ કેળવવાનો છે. એનાથી આત્મશક્તિ પ્રગટે છે. જે સમતાભાવી નિર્ભય છે તેસત્યને પણ ભયમુક્ત કરે છે. તેનાથી કરુણાનો સ્રોત વહે છે. કરુણા અહિંસાનું અસીમ સાધન છે.

ભગવાનનું બીજું અદ્ભુત અને અનમોલ સૂત્ર છે અનેકાંતવાદ. તેને અર્થ થાય છે સત્ય એક છે પણ તેના સ્વરૂપ અનેક હોઈ શકે છે. એ સ્વરૂપોનું જુદી જુદી અપેક્ષાએ દર્શન કરાવવું તે અનેકાંત છે. દરેક વ્યક્તિએ જુદા જુદા મંતવ્ય હોઈ શકે છે. આપણી મમત છોડી બીજાના મંતવ્યનો આદર કરવો એ અનેકાંતવાદ છે.

દિવસ : 6

**અંગુઠે અમૃત વરસે લબ્ધિ તણા ભંડાર,
ગુરુ ગૌતમ સમરિયે મન વાંચ્છિત ફળ દાતાર.**

જીવનમાં ગુરુનો મહિમા અપરંપાર છે. ગૌતતમસ્વામી જેવા ગુરુ હોય તો ભવસાગર તરી જવાય છે. ગૌતમ સ્વામી મહાવીર ભગવાનના પ્રથમ ગણધર અને અનંત લબ્ધિના સ્વામી હતા. જ્ઞાનના ભંડાર હતા સરસ્વતીના પ્રિય છતાં અન્યની શંકાના નિવારણ માટે તેમના ગુરુ મહાવીરસ્વામીને પૂછતા. શાસ્ત્રોમાં ગુરુનું સ્થાન સવીચ્ચ ગણાવ્યું છે. જે જીવનને દિશા બતાવે છે, શું સાચું છે શું ખોટું છે તેની સમજ આપે તે ગુરુ છે. મનમાં ગુચ વળી ગઈ હોય તેને લીધે મનમાં ઉદ્વેગ રહેતો હોય તો વાત્સલ્યભાવથી એને ઉકેલવાની દ્રષ્ટિ આપે તે ગુરુ છે. અજ્ઞાનરૂપી અંધકારમાંથી જ્ઞાનનો પ્રકાશ ફેલાવે તે ગુરુ છે. વૈદિક યુગમાં ગુરુનું ધણું મહત્વ હતું. ગુરુદેવો પણ સમાજને, સંઘને સમર્પિત હતા. અત્યારે આપણે જે જ્ઞાનવારસાનો વૈભવ ભોગવીએ તેનો યશ ગુરુદેવોને જાય છે. ભગવાનની વાણી સામાન્ય જન સુધી પહોંચાડવા તેમણે અથાગ મહેનત કરી છે. ભગવાનની વાણી ગુરુભગવંતોએ કાને ઝીલી છે અને દ્વાદશાંગીની રચના કરી છે. અત્યારે સમય બદલાયો છે. ગુરુ શિષ્યના સંબંધો પણ બદલાયા છે. જીવનમાં ગુરુનું સ્થાન હોવું જોઈએ પછી ભલેને તે માતા, પિતા પુત્રી, પુત્ર કે મિત્ર હોય પણ તેનાથી લાભ થાય છે. સાધુ ગુરુ હોય તે જરૂરી નથી પરંતુ તમના પ્રત્યે આદરભાવ રાખવો એ આપણું પરમ કર્તવ્ય છે. જેટલું મનમાં ઉતરે એટલું રાખવું બાકી વહી જવા દેવું એશ્રેષ્ઠ વિનયધર્મ છે.

**ગરબ્રહ્મ ગુરુ વષ્ણુ
ગુરુદેવો મહેશ્વરા।
ગુરુ: સાક્ષાત પરં બ્રહ્મ
તસ્મૈ શ્રી ગુરુવેનમ ।**

દિવસ : 7

શિવ મસ્તુ સર્વ જગતઃ
પરહિતનિરતા ભવન્તુ ભૂતગણાઃ
દોષાઃ પ્રયાન્તુ નાશઃ
સર્વત્ર સુખી ભવતુ લોકઃ

સમસ્ત વિશ્વનું કલ્યાણ થાઓ,
બધા જીવો કલ્યાણમાં પ્રવૃત્ત બનો,
બધાના દોષો દૂર થાઓ,
સર્વ જીવો સુખી બનો.

સમસ્ત વિશ્વના કલ્યાણની આશા રાખવાનું પ્રભુએ કહ્યું છે. વિશ્વ કલ્યાણની ભાવના ક્યારે પ્રગટ થાય? જ્યારે સ્વની ઓળખ થાય. આત્માની ઓળખની યાત્રામાં સ્વાધ્યાય અને પ્રાર્થનાનું ઘણું મહત્વ છે. સ્વાધ્યાય એટલે સ્વનો અધ્યાય. હમણાં સદગુરુ જગ્ગીના આર્ટિકલમાં વાંચ્યું હતું કે : આજકાલ લોકો આશીર્વાદ લેવા આવે છે તેની સાથે બીજી એક માગણી કરે છે, સેલ્ફી લેવાની. તેઓને મારી સાથે સેલ્ફી લઈને ક્ષણને સ્થિર કરી દેવી છે. એમને સેટીસફાઈડ થઈ જવું છે કે ગુરુને મળી લીધું સિધ્ધી મળી ગઈ પણ આ એક ભ્રમ છે. જ્ઞાન મેળવવા દરરોજ સ્વાધ્યાય કરવો પડે, દરરોજ પ્રાર્થના કરવી પડે. તેનાથી અંતરમાં કોમળતા જન્મે છે. દયા-અનુકંપાનો ભાવ આત્મા સાથે જોડાય છે. જીવ માત્ર પ્રત્યે અનુકંપાભાવ રાખીએ, એનાથી બીજાના કલ્યાણની ભાવના જન્મે છે. કોઈને નીચા પાડી દેવાથી અહમ્‌તો સંતોષાઈ જાય છે પણ સામેનાનુ દસ ટકા નુકશાન થાય છે પણ આપણે નેવું ટકા નીચે પડી જઈએ છીએ. માટે પહેલું કામ હૃદયની કઠોરતા દૂર કરી એમાં કોમળતા સ્થાપવાનું છે. પછી બધુ આપોઆપ થશે.

૭

દિવસ : 8

આજે સંવત્સરીના દિવસે में કોઈને મન વચન કાયાના યોગથી, જાણતા કે અજાણતાં કોઈને દ્ભવ્યા હોય કે પછીકોઈના મનને ઠેસ પહોંચાડી હોય તો હ્દયપૂર્વક આપની ક્ષમા માંગુ છું. આપ પણ મને ક્ષમા આપશો એવી પ્રાર્થના કરું છું.

Kshmapana means forgiveness. Today is the last day called Samvatsary. If I have hurt you or made you unhappy by my any act of words or deeds directly or indirectly please forgive me.

7
2018

❦

દિવસ : 1

પર્યુષણ ઘણું પ્રાચીન પર્વ છે. શાસ્ત્રોમાં વર્ણનો આવે છે તે પ્રમાણે ભગવાન જ્યારે રાજગૃહી નગરીમાં પધાર્યા હતા ત્યારે મગધના રાજા શ્રેણિક ભગવાન મહાવીરને પર્યુષણપર્વ અંગે પ્રશ્નો પૂછ્યા હતા. પર્યુષણનો બીજો અર્થ છે પર્યુશમન = પરિ + ઉપશમન અર્થાત્ સર્વ પ્રકારે શાંતિ કરવી. પર્યુષણ મનની અશાંતિ અને રાગદ્વેષ દૂર કરી મનના ભાવોને શુદ્ધ કરવાનું માધ્યમ છે. આજનીભાગમદોડભરી વ્યસ્ત જિંદગીમાં જાત જાતની વૃત્તિઓ જેવીકે અપેક્ષા, ઈર્ષા, સ્પર્ધા, આડંબર, અહમ, દંભ, વગેરે મનમાં ઘર કરતી જાય છે. પરિણામે મન અશાંત રહે છે, બેચેન રહે છે. કારણકે મનથી હૃદય (આત્મા) સુધી પહોંચવા સુધીનો રસ્તો ટ્રાફિક જામ છે. એને કલીયર કેવી રીતે કરીશું? આ આઠ દિવસ ભાગમ દોડ ધીમી પાડીશું અને આત્માની નજીક જવાનો માર્ગ મોકળો કરવાનો પ્રયત્ન કરીશું.

આત્માની નજીક કેવી રીતે પહોંચી શકાય? તેના માટે જૈનદર્શન શ્રાવકો માટે પાંચ મુખ્ય અને બાર ગૌણ કર્તવ્યો સૂચવે છે. આ કર્તવ્યોનું પાલન આપણને આત્મશુદ્ધિ ના માર્ગે લઈ જાય છે. તો આ કર્તવ્યોનું પાલન પર્યુષણ દરમિયાન આપણે યથાશક્તિ કરીએ. જૈન આચારનું

મૂળ અહિંસા છે. જૈન દ્રષ્ટિએ માણસ હિંસા કરતો હોય છતાં અહિંસક હોઈ શકે છે અને અહિંસકહોવા છતાં હિંસા કરતો હોઈ શકે છે. વ્યક્તિ ભલે દેખીતી રીતે હિંસા ના કરતો હોય પણ મનમાં ક્રોધ અને ઈર્ષા રાખતો હોય તો તે એક પ્રકારની હિંસા જ છે. જ્યારે બીજી તરફ કસાઈ હોય તો એની તો નિયતિ જ છે કતલ કરવાની છતાંય મનથી નિર્લેપ અને સમતાભાવી હોય તો તે અહિંસાના માર્ગનું આચરણ કરી રહ્યો છે એમ કહી શકાય. પ્રભુએ અહિંસાના બે સ્વરૂપ બતાવ્યા છે. ભાવ-અહિંસા અને દ્રવ્ય-અહિંસા. ભાવ-અહિંસામાં આત્માને રાગ-દ્વેષ, ઈર્ષા, અહમ વગેરેથી દૂર રાખવાનો છે. જ્યારે દ્રવ્ય-અહિંસામાં સમસ્ત જીવો પ્રત્યે પ્રેમપૂર્ણ નિસ્પૃહભાવ અને અન્ય જીવ પ્રત્યે અનુકંપાભાવ રાખી મૈત્રીપૂર્ણ વ્યવહાર રાખવાનો છે. ભગવાન મહાવીરનું સૂત્ર છે, ”નમો જિણાણં, જિય ભયાણં.” અર્થાત્ “જીવો અને જીવવા દો.” જે રીતે આપણને સુખશાંતિ ગમે છે અને દુ:ખ અશાંતિ ગમતા નથી તેવું જ દરેક જીવ ઇચ્છતો હોય છે. માટે જેવી ભાવના આપણને આપણા પ્રત્યે હોય એવી જ ભાવના આપણને અન્ય પ્રત્યે હોવી જોઈએ. કોઈપણ જીવ-વનસ્પતિ કે પછી અબોલ જીવ કે પછી માણસ સર્વે પ્રત્યે મૈત્રીભાવ રાખીએ. કોઈને જાણતા અજાણતાં વાણીથી કે પછી વ્યવહારથી ઠેસ ના પહોંચે એની કાળજી રાખીએ. જ્યાં સુધી આપણામાં હું પણું છે ત્યાં સુધી હિંસા તો રહેવાની જ. આ હું અને આ બીજા બધા! બીજા કેવી રીતે મારા જેવા હોઈ શકે? આવા વિચારોથી મનમાં હિંસા ઉદ્ભવે છે. “હું” ને હું ની જગ્યાએ જ રાખીએ. આપણે જેવા છીએ તે બદલ પ્રભુ પ્રત્યે કૃતજ્ઞભાવ રાખીએ. બીજા શું છે એવો વિચાર ના કરીએ. તેને કેવળ સમદ્રષ્ટિથી જોઈએ. એ મારાથી સારો પણ હોઈ શકે છે, વધારે સુખી પણ હોઈ શકે છે અને વધારે આગળ પણ હોઈ શકે છે. જ્યારે આ ભાવ મનમાં સ્થિર થાય છે ત્યારે “અહિંસા પરમો ધર્મ” યથાર્થ બને છે.

દિવસ : 2

અનેકાન્તવાદ | તપશ્ચર્યા | ચૈત્યપરિપાટી

સત્ય એક છે પરંતુ તેના સ્વરૂપ અનેક હોઈ શકે છે. એ સ્વરૂપોનું જુદી

જુદી અપેક્ષાએ દર્શન કરાવવું તે અનેકાંત છે. માનવીના વિચારોમાં પણ અનેકાંતવાદનું પ્રવર્તન છે. અનેકાંતવાદ કહેશે કે પોતાના મંતવ્યોનું તટસ્થતાથી અને વિરોધીઓના મંતવ્યોની આદરપૂર્વક વિચારણા કરવી જોઈએ. અનેકાંતવાદમાં બે શબ્દો છે. એક છે અનેક અને બીજો છે અંત. અનેકનો અર્થ અધિક થાય છે અને અંતનો અર્થ ધર્મ કે દ્રષ્ટિ થાય છે. કોઈપણ વસ્તુતત્ત્વનું ભિન્ન દ્રષ્ટિએ પર્યાવલોકન કરવું તે અનેકાંત છે.

અનેકાંત માટે અંધ-હસ્તિ ન્યાયનું ઉદાહરણ આપવામાં આવે છે. સાત આંધળા માણસો હાથીને સ્પર્શીને એનો આકાર જાણવાનો પ્રયત્ન કરે છે. કાન પકડનારને એ હાથી સૂપડા જેવો લાગે છે,પગ પકડનારને થાંભલા જેવો તો વળી પૂંછડી પકડનારને દોરડા જેવો લાગે છે. પરંતુ મહાવત આ બધાય અંધોને હાથથી સ્પર્શ કરાવીને હાથીના સમગ્ર આકારનો ખ્યાલ આપે છે. આ રીતે હાથીના ખંડદર્શનના બદલે એનું અખંડ દર્શન કરાવનાર મહાવત અનેકાંતવાદ છે.

જગતની મોટાભાગની લડાઈ હું જ સાચો એવા હઠાગ્રહના કારણે જ થાય છે. બીજાની વાત પણ સાંભળવી જોઈએ અને બીજાનો દ્રષ્ટિકોણ શું છે એ પણ જાણવું જોઈએ એમ અનેકાંતવાદ કહે છે. સત્ય એક છે પણ તેનાસ્વરૂપ અનેક હોઈ શકે છે. પોતાનું મમત્વ છોડીને અન્યમાં જે સત્યનો અંશ હોય તેને તારવી શકીએ તો જગતમાંથી ખોટો સંઘર્ષ ચાલી જાય.

તપશ્ચર્યા

જૈન ધર્મમાં કર્મીને ખપાવવા માટે તપશ્ચર્યાને ઉત્કૃષ્ટ સાધના માની છે. તપના પ્રભાવથી કર્મી ખપે છે. શ્રી ઉવવાઈ સૂત્રમાં શ્રાવક માટે છ પ્રકારના બાહ્ય અને છ પ્રકારના અભ્યંતર તપ બતાવવામાં આવ્યા છે. બાહ્ય તપમાં તપશ્ચર્યા મુખ્ય છે. ઈન્દ્રિયશુધ્ધિ અને મન શુદ્ધિ માટે જૈન દર્શનકારોએ તપને શ્રેષ્ઠ અનુષ્ઠાન કહ્યું છે. ભગવાન મહાવીરના જીવનક્રમમાંથી જે અનેક પરિપક્વ ફળરૂપે આપણને વારસો મળ્યો

છે તેમાં તપ આવી જાય છે. પર્યુષણમાં અઠ્ઠમતપનો મહિમા કરાયો છે. પર્યુષણના છેલ્લા ત્રણ દિવસ જે ઉપવાસ કરે છે તે અઠ્ઠમતપ છે. જેનાથી અઠ્ઠમ ના થઈ શકે તેના માટે યથાશક્તિ ક્રમ બતાવ્યો છે. તેમાં દરેક પખવાડિયે એક ઉપવાસ અથવા બે આયંબિલ, ચાર એકાસણા, આઠ બેસણા અને કશુંય ના થાય તો વીસ બાંધી નોકારવાળી ગણવાની કહી છે અને એટલુંય ના થાય તો પણ તપ કરનારની અનુમોદના કરવાથી પણ લાભ ગણ્યો છે.

ચૈત્ય પરિપાટી

પર્યુષણપર્વ નિમિત્તે દેરાસર જવાથી અને પૂજા કરવાથી આત્મશુદ્ધિ નો ભાવ જન્મે છે. ઉત્તમ ભાવનાનું બીજ મનમાં રોપાય છે. નિત્ય તો દેરાસર જઈએ છીએ પણ પર્વના દિવસોમાં શહેરની બહાર નહી પરંતુ પોતાના જ શહેરમાં મહત્તાવાળા દેરાસરો જેમકે આપણે ત્યાં જગવલ્લભ, મોટા મહાવીર, હઠીભાઈની વાડી, નરોડા વગેરે જગ્યાએ દર્શન કરવા જઈએ એને ચૈત્ય પરિપાટી કહે છે. ચૈત્ય એટલે દેરાસર અને પરિપાટી એટલે પરિ ભ્રમણ. વર્તમાનકાળમાં માનવીનું મનોબળ નબળું છે. પરમાત્માના શુદ્ધ સ્વરૂપ સાથે પોતાના ભાવોને લયબધ્ધ કરી જીવનને તે ભાવથી રંગી દેવું એ આપણી ભક્તિ છે.

દિવસ : 3

અપરિગ્રહ અને અપ્રમાદ

અપરિગ્રહને સમજવા માટે પરિગ્રહનેસમજવો જરૂરી છે. પરિગ્રહનો અર્થ થાય છે માલિકીપણાની ભાવના, પઝેસીવનેસ. પરિગ્રહમાં સૂક્ષ્મ હિંસા સમાયેલી છે. વસ્તુઓ દા.ત. મકાન, મોટર, કપડા, દાગીના વગેરે પર માલિકીભાવ અને વ્યક્તિઓ પ્રત્યે પણ દા.ત. પતિ, પત્ની, પુત્ર, નોકર વગેરે પર પણ આપણે માલિકીભાવ રાખીએ છીએ. પરિગ્રહનો અર્થ જ થાય છે સ્વામિત્વની આકાંક્ષા. માણસમાં માલિકીપણાની આકાંક્ષા શા માટે છે? એનો જવાબ રજનીશજી સરસ

આપે છે. આપણે આપણા માલિક નથી બની શકતા એટલે એની ખોટ પૂરવા જિંદગીભર બીજાઓના માલિક બની જતા હોઈએ છીએ. પણ હકીકત તો એ છે કે બીજાના માલિક થવામાં હંમેશાં દુ:ખ જ દુ:ખ છે. સ્વયંના માલિક થવાની મજા જ જુદી છે. એમાં આપ્તતા છે ફૂલફિલમેન્ટ છે.

બહાર વસ્તુઓનો અને સંબંધોનો ઢગલો કર્યા કરવાથી ક્યારેય સંતોષ નથી થતો. બહારની વસ્તુઓ અને સંબંધ ભલે વધે પણ તેમના ઉપર પઝેસીવનેસના હોવી જોઈએ. અપરિગ્રહનો અર્થ વસ્તુઓ અને સંબંધોનો ત્યાગ એવો નથી. આ મારું ઘર છે પણ મારું એકલાનું નથી પણ એમાં રહેનાર સ્વજનોનું પણ છે. આ મારી પત્ની છે પણ મારી ગુલામ નથી મારી મિત્ર છે. નિર્લેપભાવે જીવવું એ અપરિગ્રહ છે. અંતરની પૂર્ણતાને પામવી એ અપરિગ્રહ છે. આપણી સ્થાવર અને જંગમ સંપત્તિ,આપણાં સંબંધો એ બધાની સાથે જ રહેવાનું છે છતાંય પરિગ્રહ છોડી દેવાનો છે. ના ત્યાગ ના પકડ, આ ભાવ જ્યારે ઉત્પન્ન થાય છે ત્યારે અપરિગ્રહ મનમાં ફલિત થાય છે.

અપ્રમાદનું પણ એવું જ છે. અપ્રમાદને સમજતા પહેલા પ્રમાદ શું છે તે સમજવાનું છે. પ્રમાદનો અર્થ છે મૂર્છા, પ્રમાદ નો અર્થ છે સંમોહિત અવસ્થા. પ્રમાદ કેવી રીતે દૂર કરી શકાય? એનો જવાબ છે સાધના. માણસ જે પણ કાંઈ કામ કરે છે, નોકરી કરે છે, ધંધો કરે છે,ધર્મ કરે છે, મિત્ર બનાવે છે, શત્રુ બનાવે છે આ બધું જ સંમોહિત (મૂર્છા) અવસ્થામાં કરે છે. આ પરિસ્થિતિ ચોવીસે કલાકની છે. જે ક્ષણે માણસને ખ્યાલ આવે કે આ તો પ્રમાદમાં જીવન જાય છે એ ક્ષણથી એની ગતિ અપ્રમાદ તરફ શરૂ થાય છે. જે ક્ષણે એને એના કોઈપણ કાર્ય બદલ પશ્ચાત્તાપ થાય તો એ જાગૃતિની ક્ષણ છે અપ્રમાદ છે. જેમ જેમ નાની નાની બાબતો ઉપર સંયમ (ક્રોધ કામ મોહ લોભ) મેળવવાની સાધનામાં ઊંડા ઉતરાય એમ એમ સિધ્ધિ મળતી જાય. મહાવીર હંમેશા પોતાના શિષ્યોને કહેતા,"વિવેકથી ઊઠો, વિવેકથી ચાલો, વિવેકથી બેસો." એનો અર્થ છે જાણીને ચાલો. ભાનપૂર્વક ચાલો કે તમે ચાલી રહ્યા છો. કારણકે ભાનપુર્વક કદાપિ ખોટું કામ થાય નહીં,

પાપ પણ થાય નહી. ભાનપૂર્વક હંમેશા પુણ્ય જ કરી શકાય. વિવેકથી ચાલવાની (જીવવાની) ક્રિયા અપ્રમાદ છે.

દિવસ : 4

પર્યુષણના ચોથા દિવસથી કલ્પસૂત્ર વાંચનનો પ્રારંભ થાય છે. કલ્પસૂત્રની રચના ભદ્રબાહુસ્વામીએ કરેલી છે. આ સ્વતંત્ર ગ્રંથ નથીપરંતુ પ્રત્યાખ્યાનપ્રવાહ નામના નવમા પર્વમાંથી લઈ દશાશ્રુતસ્કંધના આઠમા અધ્યયનરુપે છે. તેમાં બારસો ગાથાઓ છે. સંવત્સરીના દિવસે બારસાસૂત્ર સાંભળવાનો લાભ અનેરો છે.

પ્રકરણની શરૂઆતમાં પંચ પરમેષ્ઠી ભગવંતોને નમસ્કાર કરવામાં આવ્યા છે. કલ્પસૂત્ર આચારની ઓળખ આપે છે. તીર્થંકરના ચરિત્રો અને ગણધર ગૌતમથી શરુ કરીને સ્થવિરોની પરંપરા આ ગ્રંથમાંથી મળે છે. તીર્થંકરોના ચરિત્રોમાં વિશેષ ભગવાન મહાવીરનું વિસ્તૃત ચરિત્ર મળે છે. તેની સાથે ભગવાન પાર્શ્વનાથ, ઋષભદેવ, અને નેમિનાથનું ચરિત્ર પણ આવે છે. કલ્પસૂત્રના મુખ્ય ત્રણ વિભાગ છે. તેમાં પહેલા વિભાગમાં સાધુઓની સમાચારીછે. તેમના આચારપાલનના નિયમો દર્શાવ્યા છે. બીજો વિભાગ સ્થવિરાવલીનો છે. જેમાં ગણધરની ગૌતમથી શરુ કરીને સુધર્મા, જંબુ, ભદ્રબાહુ, સ્થુલિભદ્ર, કાલક વગેરે સ્થવિરોની પરંપરા અને શાખાઓ વર્ણાવવામાં આવી છે. જ્યારે ત્રીજાભાગમાં વર્તમાન તીર્થંકરોના ચરિત્રો મળે છે.

કલ્પસૂત્ર વાંચનની આ પરંપરા શાશ્વત નથી. આનંદપુરના રાજા ધ્રુવસેનને તેના સેનાગંજ નામના પુત્રના મૃત્યુથી થયેલા શોકથી મુક્ત કરવા અર્થે સભામાં વાંચવાની શરૂઆત થઈ ત્યારથી જનસમુદાયમાં પણ કલ્પસૂત્ર વાચનાનો પ્રારંભ થયો. પંડિત સુખલાલજી જણાવે છે કે તે સમયે જ્યાં ત્યાં ચોમાસામાં બ્રાહ્મણ સંપ્રદાયમાં રામાયણ મહાભારત અને ભાગવત જેવા શાસ્ત્રો વાંચવાની ભારે પ્રથા હતી. લોકો એ તરફ ખૂબ ખેંચાતા. બૌદ્ધ સંપ્રદાયમાં પણ બુદ્ધ ચરિત અને વિનયના

ગ્રંથો વંચાતા જેમાં બુદ્ધનું જીવન અને ભિખ્ખુઓનો આચાર આવતો. આ કારણથી લોકવર્ગમાં મહાન પુરુષોના જીવનચરિત્ર સાંભળવાની અને ત્યાગીઓના આચાર જાણવાની ઉત્કટ રુચિ જાગી હતી. આ રુચિને તૃપ્ત કરવા માટે બુધ્ધિશાળી જૈન આચાર્યોએ ધ્રુવસેન જેવા રાજાની તક લઈને કલ્પસૂત્રને જાહેર વાંચન તરીકે પસંદ કર્યું અને માત્ર સમાચારીનો ભાગ જે સાધુ સમક્ષ જ વંચાતો હતો તે ભાગને ગૌણ કરી શરૂઆતમાં મહાવીર ચરિત દાખલ કર્યું અને તે પ્રમાણેની રુચિ પસંદ કરીને ગોઠવ્યું. જેમ જેમ લોકોમાં સાંભળવાની રુચિ જન્મી તેમ તેમ કલ્પસૂત્રની પ્રતિષ્ઠા વધી અને આજે પણ રસપૂર્વક વંચાય છે કારણકે લોકોની ભાવના પ્રમાણે બદલાતું રહ્યું છે.

દિવસ : 5

ભગવાન મહાવીર

ભગવાન મહાવીરે જગતને અદ્ભુત સાધના માર્ગ બતાવ્યો છે. તેમના સમયમાં આશ્રમ બાંધીને અનુકૂલ સ્થળે શિષ્યોની સાથે સાધના કરવાની પ્રથા પ્રચલિત હતી. આવા સમયે કશાય આશ્રમ કે અનુકૂળ અનુયાયીઓની વચ્ચે વસવાને બદલે ભગવાન મહાવીરે સતત પરિપ્રભણ કર્યું. અહર્નિશ ધ્યાનસ્થ અવસ્થામાં રહ્યા. એ યુગમાં ધ્યાન સાધના માટે પગની પલાંઠી લગાવી પદ્માસન જેવા જુદા જુદા આસનમાં બેસવાની પ્રણાલી હતી ત્યારે ભગવાન મહાવીરે જગતને ઊભા રહીને ધ્યાન કરવાની પ્રક્રિયા આપી.

પોતાનાથી કોઈને ય ઉદ્વેગ ના થાય એ જોવાની વૃત્તિ એમના ગર્ભાવસ્થાકાલ દરમિયાન જોઈ શકાય છે. આ વૃત્તિનો વિકાસ થતા તેમણે અનુભવ્યું કે દેહસુખ, ઈન્દ્રિયસુખ કે વૃત્તિઓને સંતોષવાનું સુખ બીજાને દુભાવીને જ પામી શકાય છે માટે તેનો સમૂળગો ત્યાગ જ ઇષ્ટ છે. આમ વિચારીતમામ દુન્યવી સુખોને તણખલાની પેઠે છોડીને નીકળી પડ્યા. દીક્ષા પછીના સાડાબાર વર્ષો પર્યંતનો કાળ તેમના કઠોર સાધનાકાળનો છે. જગતને પાછળ છોડી તદ્દન એકાંકી બની

રહી સત્યના સાક્ષાત્કાર માટે એમણે ઉગ્ર તપસ્યા કરી છે. ચિત્તશુદ્ધિની સાધના કરતા આવી પડેલા વિઘ્નો, આપત્તિઓ અને પરિષહો એમણે સમતાપૂર્વક સહ્યા છે. જેના કારણે તેઓ વર્ધમાનમાંથી મહાવીર બન્યા છે.

વીતરાગ બન્યા બાદ પોતાનું સ્વતંત્ર ધર્મચક્ર ફેલાવવા તેમણે મગધ તેમજ તેની આસપાસના પ્રદેશોમાં ભ્રમણ કર્યું છે. તેમણે આત્મશુદ્ધિ અને તેને પામવાના સાધનો તરીકે સંયમ, અહિંસા અને તપને મહત્ત્વ આપ્યું છે. જાતિમદ, કુળમદ, તપમદ આદિ મદો (ગર્વ) આત્મવિકાસના વિરોધી હોવાથી તેનો સદંતર ત્યાગ કરવાનું કહ્યું છે. ભગવાન મહાવીરે બધો પુરુષાર્થ આત્મા ઉપર જ દાખવ્યો છે. નવા સમાજની રચના કરી છે. તેમના સમયમાં શુદ્રો અને નારીનું સ્થાન અલગ વૈશ્ય અને ક્ષત્રિયોનું સ્થાન અલગ એવી વાડાબંધી ચાલતી હતી. મહાવીરે નવીન સમાજ રચના-શ્રમણ સંઘની સ્થાપના કરી. જેમાં સાધુ-સાધ્વી-શ્રાવક-શ્રાવિકા તરીકે બધાના જીવ સમાન ગણ્યા. ના ઉંચ, ના નીચ. સાધુ-સાધ્વી માટે અલગ પાંચ મહાવ્રત અને શ્રાવક-શ્રાવિકા માટે બાર અણુવ્રત પ્રબોધ્યા છે. મહાવીરે પ્રવર્તાવેલા જૈનધર્મના બે પાસા અહિંસા અને અનેકાંતવાદ જગતને મળેલી સર્વોત્તમ ભેટ છે.

દિવસ : 6

ગૌતમસ્વામી

મહાવીરસ્વામીના સમયમાં રાજસત્તા કરતા પણ પુરોહિતો (બ્રાહ્મણ)નું વર્ચસ્વ વધારે હતું. ત્યારે એક વિરલ ઘટના બની. મહાવીરસ્વામીને કેવળજ્ઞાન થયું પછી તેઓ બીજે દિવસે આપાપાનગરીમાં આવ્યા. ત્યાં સૌમિલ નામના ધનાઢ્ય બ્રાહ્મણને ત્યાં યજ્ઞ ચાલતો હોય છે. યજ્ઞવિધિ અર્થે અગિયાર પ્રખર પંડિતો તેમના શિષ્ય સમુદાય સાથે આવ્યા હોય છે. પાંડિત્ય પ્રતિભાના બળે મહાવીરને મહાત કરવાના આશયથી ભગવાન પાસે જાય છે પણ તેમની સાથે થયેલા વિવાદમાં પોતે જ મહાત થઈ જાય છે. વર્ષોથી

મનમાં રહેલા તત્ત્વ સંબંધી સંશયોનું નિરાકરણ થતા અગિયાર પંડિતો પોતાના શિષ્યો સાથે તત્કાલ દીક્ષા ગ્રહણ કરે છે. આપંડિતો એટલે ગૌતમસ્વામી સહિત અગિયાર ગણધરો અને તેમનો 4411 જણનો શિષ્ય સમુદાય શ્રમણોપાસક સાધુ બને છે. અગિયાર મહા પંડિતો સાથે ભગવાને કરેલો વાર્તાલાપ ગણધરવાદના નામે પ્રસિદ્ધ છે.

જૈન સમાજમાં ભગવાન મહાવીર પછી સૌથી વધુ જાણીતું ચરિત્ર ગુરુ ગણધર ગૌતમસ્વામીનું છે. ગૌતમસ્વામી અનેક લબ્ધિના સ્વામી હતા. દ્વાદશાંગીના રચયિતા હતા. પ્રથમ ગણધર હતા અને પચાસ હજાર કેવળીના ગુરુ હતા. ચાર જ્ઞાનના સ્વામી હોવા છતાં એમનામાં ભારોભાર નમ્રતા હતી. અનેક વિદ્યાઓના પારંગત અને માતા સરસ્વતીના અતિ પ્રિય હોવા છતાં અન્યની શંકાનું નિવારણ કરવા માટે પોતાના પાંડિત્યનો ઉપયોગ કરવાના બદલે ભગવાન મહાવીરને પ્રશ્ન પૂછી સમાધાન મેળવતા. ગુરુ ગૌતમ જ્ઞાનના મહાસાગર હતા. ભગવાન મહાવીરથી વયમાં આઠ વર્ષ મોટા હતા અને છતાં ગુરુ સમક્ષ શિષ્યભાવે સતત જિજ્ઞાસા પ્રગટકરતા. ગુરુનો વિનય, ગુરુની સેવા અને ગુરુની ભક્તિનો પરમ આદર્શ ગૌતમસ્વામીમાં જોવા મળે છે. તેઓ હંમેશાં ભગવાન મહાવીરને "ભન્તે" સંબોધન કરીને પ્રશ્ન પૂછતા અને મહાવીર "ગોયમ"ના સંબોધનથી ઉત્તર આપતા. ભગવાન પુન: કહેતા "ગૌતમ ક્ષણનો પ્રમાદ ના કર." ગૌતમ એ વાણીને પ્રેમપૂર્વક ધારણ કરતા.

દિવસ : 7

વિનયધર્મ

મોહ જ્યારે મોહના જ રૂપમાં હોય છે ત્યારે ક્રોધ, ક્રોધના રૂપમાં જ દેખાય છે, અસત્ય, અસત્યના રૂપમાં જ દેખાય છે, અવગુણ, અવગુણના રૂપમાં જ દેખાય છે અને કષાય, કષાયરૂપમાં જ દેખાય છે. આ બધા જ આત્માના શત્રુઓ છે એ સ્પષ્ટરૂપે સમજાય છે. એને હરાવવાનો અને અટકાવવાનો પુરુષાર્થ પણ યોગ્ય રીતે થઈ શકે છે. પણ મહોરું બદલેલા મોહની ઓળખ કેવી રીતે કરવી? મહોરું બદલેલા

મોહની ઓળખ કરાવે એનું નામ છે "વિનય." પાપને પાપ રૂપે ઓળખવું એકદમ સહજ છે એટલે પાપને છોડવું પણ સહજ છે. પરંતુ એ જ પાપ જ્યારે મોહનીય કર્મના કારણે ધર્મનું મહોરું પહેરી લે છે ત્યારે તેને ઓળખવા માટે વિનયની જરુર પડે છે. આ વિનયભાવ આવે કેવી રીતે? અહીંયા ગુરુને મહત્વ આપવામાં આવ્યું છે. ગુરુ પ્રત્યે ઉપકારભાવ વધે તો વિનયભાવ પણ વધે. ભગવાને કહ્યું છે "વિદ્યા વિનયથી શોભે છે."

અષ્ટકર્મવિનાશક જડીબુટ્ટી તરીકે વિનયને શાસ્ત્રોમાં સ્થાન મળ્યું છે. જીવમાત્ર પરત્વે સ્નેહાદરની અનુભૂતિ, નમ્રતાપૂર્વકનું જ્ઞાન, વિનમ્રવાણી અને અણિશુદ્ધ ચારિત્ર પણ વિનય થકી જ સંભવે છે. ઉદ્ધતાઈનું મૂળ અહંકાર છે. વડીલોની સામે ઉધ્ધતાઈ કરનાર બાળક અધ્યાપક સમક્ષ શાંત થઈ જાય છે તે છે વિનય. ગુરુ કર્યા વિના વિનય પ્રગટતો નથી. હૃદયમાં રહેલ અહંકાર ગુરુ સ્વીકારથી દૂર થાય છે. ગુરુ વિશે ઓશો રજનીશના વિચારો સુંદર છે. તેઓ કહે છે," ગુરુની વિભાવના મૌલિકરૂપે ભારતીય છે. દુનિયામાં શિક્ષકો થયા છે ગુરુઓ નથી થયા. શિક્ષક પાસેથી આપણે એ શીખી શકીએ છીએ જે તે પોતે જાણે છે. ગુરુ પાસેથી શીખીએ છીએ તે એ જ વસ્તુ છે છતાંય ભેદ છે. શિક્ષક પાસેથી આપણે જાણકારી લઈએ છીએ અને ગુરુ પાસેથી જીવન. શિક્ષક સાથનો સંબધ બૌઘ્ધિક છે અને ગુરુ સાથેનો સંબંધ આત્મિક છે. ગુરુ શબ્દ ભારતીય છે, દુનિયાની બીજી કોઈપણ ભાષામાં નથી. એક શિક્ષક પાસેથી જ્ઞાની થઈને પાછા ફરીએ છીએ જ્યારે એક ગુરુ પાસેથી રૂપાંતરીત થઈને પાછા ફરીએ છીએ. જૂનો માણસ નાશ પામે છે.અને નવા નો જન્મ થાય છે."

મહાવીરે કહ્યું છે, "જે મનુષ્ય ગુરુની આજ્ઞા પાળતો હોય, તેની પાસે રહેતો હોય, ગુરુના સંકેતને બરાબર સમજતો હોય, તથા કાર્ય વિશેષમાં ગુરુની શારિરીક તથા મૌખિક મુદ્રાઓ બરાબર સમજી લેતો હોય તે મનુષ્ય વિનય સંપન્ન કહેવાય છે." વર્તમાન સમયમાં ગુરુ-શિષ્ય પરંપરા ખાસ પ્રચલિત નથી. આપણા માર્ગદર્શક ગુરુ આપણા માતા, પિતા, પતિ, પત્ની, મિત્ર કોઈપણ હોઈ શકે છે.

દિવસ : 8
ક્ષમાપના

પર્યુષણપર્વનું હાર્દ ક્ષમાપના છે. આત્મશુદ્ધિનું સાધન છે. ક્ષમા જે વ્યક્તિ પર ક્રોધ થયો હોય એની સમક્ષ જઈને માંગવાનીછે. દરેક ધર્મમાં ક્ષમાનો ઓછોવત્તો પણ સ્વીકાર તો છે જ. ક્યાંક કોઈ ભૂલ થઈ હોય અથવા કોઈકને દુભાવ્યા હોય તો મંદિરના એકાંતમાં એકલા પ્રભુ અથવા ચર્ચમાં ગુરુ સમક્ષ ક્ષમા માંગવામાં આવે છે. આનાથી એવું પણ બને કે જેનું મન દુભાયું હોય તેને આપણા પસ્તાવાની જાણ પણ ના હોય. જૈન ધર્મમાં એજ વ્યક્તિ પાસેભૂલની ક્ષમા માંગવાનું કહ્યું છે. જેનાથી અહમ ઓગળે છે. પરસ્પર પ્રેમભાવ વધે છે. વેરઝેરનો નાશ થાય છે.

ખામેમિ સવ્વજીવે
સવ્વે જીવા ખમંતુમે।
મિત્તીમે સવ્વ ભૂએસુ
વેરં મજ્જ ન કેણઈ ॥

હું સર્વ જીવોને ખમાવું છું,
સર્વ જીવો મારા જીવોને ખમાવજો,
મારે સર્વ જીવો સાથે મૈત્રીભાવ છે,
કોઈ પણ જીવ સાથે મારે વેરભાવ નથી.

I forgive all jivas(souls) and may all jivas forgive me. I have amity for all jivas and I don't have enmity against any jivas.

8

2017

દિવસ : 1

પર્યુષણ પર્વ ચાલુ થઈ ગયા છે. પર્યુષણનો એક અર્થ છે 'પરિવસન' અર્થાત્ નિકટ રહેવું, આત્માની સમીપ રહેવું. બીજો અર્થ થાય છે 'પર્યુશમન' પરિ+ઉપશમન અર્થાત્ સર્વ પ્રકારે શાંતિ કરવી. આપણે મન શાંત કેવી રીતે રાખીશું? ભલે આપણે બીજુ કંઈ કરી ના શકીએ પણ એક ચોક્કસ મંત્રનું રટણ તો કરી જ શકીએ. સદ્ભાવનાથી મંત્રનું રટણ કરવામાં આવે તો એ ભાવ આપણામાં અને વાતાવરણમાં પણ પ્રસરે છે. ક્રોધનું શમન થાય છે અને મૈત્રીભાવ ઉત્પન્ન થાય છે. આપણને એ વાતની તો ખબર જ છે કે પવાલાના પાણીમાં આંગળી બોળીને ભક્તામરની નોકારવાળી ગણીને પછી એ પાણી બીમાર વ્યક્તિને પીવડાવવામા આવે તો તેની વેદનામાં રાહત થાય છે. પ્રયોગથી સાબિત થયું છે કે સાદા પાણીમાં મંત્રના પ્રભાવથી કોઈ રાસાયણિક ફેરફાર નથી થતો પણ મંત્ર દ્વારા આપણી સદ્ભાવનાઓ પાણીમાં દાખલ થાય છે અને આપણું મન તો મંગલ ભાવનાઓથી ભરાઈ જ જાય છે એટલું જ નહીં પણ આપણા સ્વજન સુધી પણ પહોંચે છે.

મંત્ર એટલે શું ?

મંત્રમાં બીજનું બીજ સમાવિષ્ટ છે. મંત્રથી સર્વ સાધ્ય છે. નવકાર મહામંત્રની અપાર શક્તિથી આપણે અજાણ્યા નથી. નવકાર મંત્રમાં કોઈ એક તીર્થંકરનું નામ નથી. જેણે અરિને જીતી લીધા છે એવા દરેક અરિહંતને મારા પ્રણામ! સિધ્ધ ભગવંતોને મારા પ્રણામ! જ્યારે લોગ્ગસસૂત્રમાં ચોવીસ તીર્થંકરોના નામ આવે છે અને પછી આવે છે, 'ચોવીસં પિ જિણવરા તિત્થયરામે પસીયંતું !' કેટલો સુંદર ભાવ છે."ચોવીસ તીર્થંકરો મારા પર પ્રસન્ન થાઓ." એટલે જ પ્રતિક્રમણમાં કાઉસગ્ગ કરતી વખતે લોગ્ગસનો આગ્રહ રાખ્યો છે. ના આવડે તો નવકાર. આ ચોવીસ તીર્થંકરોના નામના અર્થ અને તેના મંત્રાક્ષરોની સમજણ સ્થાનકવાસી ગુરુદેવ પૂ. જયંતમુનિએ ખૂબ સુંદર રીતે આપી છે. તેમના જ્ઞાનનો લાભ સૌ ને મળે એવી મંગળભાવનાથી 24 તીર્થંકરોના નામ-મંત્ર-અર્થ કહેવાની ઇચ્છા છે. આશા રાખું છું કે બધાને ગમશે.

દિવસ : 2

પ્રથમ તીર્થંકર ઋષભદેવ નો નામમંત્ર છે "ઓમ શ્રી ઋષભદેવાય નમઃ" ઋષભ એટલે બળદ. જ્યારે માનવી પાષાણ યુગમાં જીવતો હતો એ સમયના પ્રથમ તીર્થંકર ઋષભનાથ છે. માનવીને ચોસઠ કળાઓના જ્ઞાનદાતા ઋષભદેવ છે. સૌ પ્રથમ જીવન ટકાવવા માટે ખેતી કરીને ધાન ઉગાડવાનું શ્રેય એમને મળે છે. ખેતીમાં સૌથી અગત્યનું સાધન બળદ છે અને ધનધાન્યથી જીવન સમૃદ્ધ બને છે. એટલે ખેતીવાડીની સમૃદ્ધિ માટે આ મંત્ર શ્રેષ્ઠ છે.

બીજા તીર્થંકર અજિતનાથ નો નામમંત્ર છે "ઓમશ્રી અજિતનાથાય નમઃ" અજિત એટલે અજેય જેને કોઈ હરાવી ના શકે. હારવું કોને ગમે ?અજિતનાથ ભગવાનના સ્મરણથી બાહ્ય વિજય અને આંતરિક (આધ્યાત્મિક) વિજય બંને સાથે ઉપલબ્ધ થાય છે.

ત્રીજા તીર્થંકર સંભવનાથનો નામમંત્ર છે "ઓમશ્રી સંભવનાથાય

નમ:" સંભવ એટલે શક્ય. સંભવિત કાર્યનું ફળ પ્રાપ્ત થાય છે. દા.ત. કોઈને બાળકના થતું હોય કોઈના લગ્ન ના થતા હોય કે પછી કોઈને ધનનો અભાવ હોય અથવા ધર્મમાં ચિત ના ચોટતું તો સંભવનાથ સ્વામીનું નામ સિદ્ધિ અપાનારુ નીવડે છે.

ચોથા તીર્થંકર અભિનંદનસ્વામીનો નામમંત્ર છે "ઓમશ્રી અભિનંદનદેવાય નમ:" અભિ એટલે તરફ અને નંદ એટલે આનંદ. આનંદ પ્રાપ્ત કરાવે તે અભિનંદન. મંગલ ભાવો અને મંગલમય વાતાવરણની કામના કરનાર આત્માઓ માટે આ નામમંત્ર ઉત્તમ પ્રકારનો સુમંત્ર છે.

દિવસ : 3

પાંચમા તીર્થંકર સુમતિનાથનો મંત્ર છે "ઓમ શ્રી સુમતિનાથાય નમ:" સુમતિમાં સુ એટલે સારી અને મતિ એટલે બુદ્ધિ, જ્ઞાન. સુમતિ એટલે સારી બુદ્ધિ, સદ્જ્ઞાન. આપણને કોઈ પણ કામ હોય બુદ્ધિની જરૂર પડે છે. બુદ્ધિ બે પ્રકારની છે. ઊંધી બુદ્ધિ અને સીધી બુદ્ધિ. સુમતિનાથ ભગવાનના જાપથી સદ્બુદ્ધિ પ્રગટે છે અને સાચાખોટાને સમજવાની વિવેકબુદ્ધિ પ્રાપ્ત થાય છે.

છઠ્ઠા તીર્થંકર પદ્મપ્રભુનો નામમંત્ર છે "ઓમ શ્રી પદ્મપ્રભવે નમ:" પદ્મ એટલે કમળ. વિકસિત શ્વેત નિર્મળ કમળ. પદ્મપ્રભુનું નામ હીયમાન અવસ્થાને રોકે છે અને વિકસિત અવસ્થાને પોષે છે. કમળ કીચડમાં ઉત્પન્ન થવા છતાં નિર્મળ અને નિર્લેપ રહી શકે છે તેવી રીતે પદ્મપ્રભુનું નામ લેવાથી નિર્મળતા અને નિર્લેપતા ના ગુણોનો વિકાસ થાય છે.

સાતમા તીર્થંકર સુપાર્શ્વનાથનો નામમંત્ર છે "ઓમ શ્રી સુપાર્શ્વનાથાય નમ:" સુ એટલે સારું,મંગલકારી. પાર્શ્વ એટલે બાજુ, સમીપ, આસપાસ. આજુબાજુ ના પદાર્થ અને વાતાવરણ સારા હોય તો સુપાર્શ્વ કહેવાય. વ્યક્તિની ચોતરફ દ્રવ્ય ક્ષેત્ર કાળ અને ભાવમાં મંગલ અને અમંગલ બંને પ્રકારની શક્તિઓ હોય છે. સુપાર્શ્વપ્રભુના નામમંત્રથી સમીપવર્તી

ક્ષેત્રમાં જે શુભ કે મંગલભાવો હોય તે પ્રગટ થાય છે અને ફળ આપે છે.

આઠમા તીર્થંકર ચંદ્રપ્રભુનો નામમંત્ર છે "ઓમશ્રી ચંદ્રપ્રભવે નમ:" ચંદ્રપ્રભુનો અર્થ છે ચંદ્ર જેવો શીતલકારી પ્રભાવ. માણસ ગરમીથી ત્રાસ પામે છે. ક્રોધ પણ એક જાતની ગરમી છે. ચંદ્રપ્રભુસ્વામીનું સ્મરણ આપણી ગરમી, તજાગરમી, ક્રોધની ગરમી, અશાંતિની ગરમીને ઉપશાંત કરે છે.

નવમા તીર્થંકર સુવિધિનાથનો નામમંત્ર છે "ઓમશ્રી સુવિધિનાથાય નમ:" સુવિધિનો સંબધ કળા સાથે છે. ખાસ કરીને સ્થાપત્ય અને વાસ્તુને સુવિધિ સાથે ઊંડો સંબંધ છે. કોઈ મોટું નિર્માણકાર્ય કરવું હોય તો આ નામમંત્ર અતિ ઉત્તમ ફળ આપે છે.

સુવિધિનાથ ભગવાનનું બીજું નામ છે "પુષ્પદંત." પુષપદંતનો અર્થ છે સાર્થકભાવ. જ્યાં સુધી તત્વનો અર્થબોધ ના થાય ત્યાં સુધી વાસ્તવિક તત્વનો સ્પર્શ થતો નથી. સજ્જન અને દુર્જનને ઓળખવા માટે બંને પ્રકારના અર્થબોધની જરૂર છે. એમાં એક આદરણીય છે અને એક ત્યાજ્ય છે એ રીતે પુષ્પદંતસ્વામીનું નામ અર્થબોધનું નિમિત માન્યું છે. કારણ કે, યથાર્થ બોધ કરાવે છે.

દિવસ : 4

દસમા તીર્થંકર શીતલનાથ ભગવાનનો નામમંત્ર છે, "ઓમશ્રી શીતલનાથાય નમ:" ચંદ્રપ્રભુ સ્વામીનું નામ બહારની ઉપશાંતિ માટે છે અને શીતલનાથ ભગવાનનું નામ આંતરિક ઉતાપને શાંત કરવા માટે છે. શીતલ શબ્દમાં 'શ' 'ઈત' અને 'લ' એમ ત્રણ શબ્દો મળેલા છે. 'શ' એટલે સુખ, 'ઈત' એટલે લઈ જવું. શીત તરફ લઈ જાય તેવા ઉપકરણને શીત કહેવામા આવે છે. શીત એટલે સુખ તરફ લઈ જનાર સાધનને જે લાવે છે તે શીતલ. શીતલનાથ ભગવાનનું નામ સંતાપ કે તાપને હરનારું છે અધિકતર આંતરિક તાપને હરનારું છે.

અગિયારમા તીર્થંકર શ્રેયાંસનાથનો નામમંત્ર છે, "ઓમશ્રી

શ્રેયાંસનાથાય નમ:" શ્રેય એટલે કલ્યાણ અને અંસ એટલે ખભો. કલ્યાણને સર્જે તે શ્રેયાંસ. કોઈ વ્યક્તિને કોઈપણ જાતનું દુ:ખ ના હોય છતાં પણ પોતાનું કલ્યાણ તો ઇચ્છતો જ હોય છે. શ્રેયાંસનાથના નામ સ્મરણથી અચાનક કોઈ વસ્તુની પ્રાપ્તિ થાય છે દા.ત. કોઈ ખજાનો, જ્ઞાનનું તત્ત્વ, કોઈ સિધ્ધાંત કે પછી કોઈ વસ્તુ. તદઉપરાંત સંતોષનો પણ ઉદય થાય છે.

બારમા તીર્થંકર વાસુપૂજ્ય સ્વામીનો નામમંત્ર છે, "ઓમશ્રી વાસુપૂજ્યદેવાય નમ:" વસુ એટલે કુબેર, વસુ એટલે ધરતી, ઇંદ્રીય, ગૌમાતા. વસુ એટલે દિવ્ય શક્તિ દિવ્ય પ્રભાવ. આ નામમંત્રથી દ્રવ્ય અને ભાવ બંને પ્રકારની લક્ષ્મીનું ફળ આપે છે. ભાવ લક્ષ્મી એટલે પરમ પુણ્યનો ઉદય, શાતાવેદનીયનો ઉદય, શુભ કર્મના ભાવો ભાવલક્ષ્મી છે અને દ્રવ્ય એટલે ધનસંપત્તિ.

તેરમા તીર્થંકર વિમલનાથનો નામમંત્ર છે "ઓમશ્રી વિમલનાથાય નમ:" વિમલ એટલે નિર્મળ, શુદ્ધ, દોષ અને દુર્ગુણ રહિત. વિમલનાથ ભગવાનનું નામ મનોયોગને શુધ્ધ કરે છે. આંતરિક બાધાઓ દૂર કરી કષાયના ઉપદ્રવનો નાશ કરે છે. મનને શાંતિ આપનારું છે. મનને મંગલમય બનાવે છે.

ચૌદમા તીર્થંકર અનંતનાથનો નામમંત્ર છે, "ઓમશ્રી અનંતનાથાય નમ:" અનંત એટલે જેનો અંત નથી તે. જે ગૂઢ રહસ્યરૂપ છે તે. અમંગળ શક્તિઓ નડતી હોય તેનું નિવારણ કરે છે. કર્મકૃત અને પરકૃત આ બે પ્રકારની પીડામાંથી પરકૃત પીડા શાંત થાય છે.

પંદરમા તીર્થંકર ધર્મનાથનો નામમંત્ર, "ઓમશ્રી ધર્મનાથાય નમ:" ધર્મ એટલે સ્વભાવ, ગુણ, મર્યાદા, ફરજ. ધર્મ એટલે વ્રત નિયમાદિનું આચરણ. આ નામમંત્ર ધર્મની રક્ષા માટે છે. પોતાના વ્રત કે સંકલ્પ ઉપર આપત્તિ આવી શકે છે. સ્વભાવરૂપ ધર્મ કે નિયમાદિરૂપ ધર્મ પર કોઈ આફત આવે તો તેમાંથી ઉગરી જવાય છે. વસ્તુ સ્વધર્મમાંથી અધર્મમાં ચાલી ના જાય તેવું નિયંત્રણ કરે છે.

દિવસ : 5

સોળમાં તીર્થંકર શાંતિનાથનો નામમંત્ર છે, "ઓમશ્રી શાંતિનાથાય નમ:" શાંતિ એટલે શાંત થવું, શાંત કરવું, સુખ અને સમાધિ. વ્યક્તિને આધિ, વ્યાધિ અને ઉપાધિમાંથી મુક્ત કરી શાંતિમાં સ્થાપિત કરે અને સુખ સમાધિ આપે એ શાંતિનાથ. જગતમાં અશાંતિ ત્રણ પ્રકારની છે (1) પ્રાકૃતિક કે દૈવી કોપના કારણે જેમ કે ધરતીકંપ, અતિવૃષ્ટિ, અનાવૃત્તિ, વાવાઝોડું, સુનામી વગેરે. (2) પંચભૂતના આધારે જેમ કે પૃથ્વી, પાણી, વાયુ દ્વારા બીમારી આવે, રોગ થાય, સગા સંબંધીઓ સાથે લડાઈ થાય, લડાઈ ફાટી નીકળે વગેરે. (3) આધ્યાત્મિક અશાંતિ જેમ કે કોઈ કારણ ના હોય પરંતુ મનમાં વિકાર હોય, ક્રોધ અહંકાર, દુર્ગુણો વગેરે. અહીં આધ્યાત્મિક એટલે આત્મા સંબંધી એવો અર્થ નથી પરંતુ અંતર્ગત બીમારીની અશાંતિ એવો અર્થ થાય છે. જગત આ ત્રણ પ્રકારની અશાંતિથી પીડિત છે.

પંદર તીર્થંકરોના નામ વ્યક્તિગત દુ:ખોનું નિવારણ કરે છે. જ્યારે શાંતિનાથ ભગવાનનું નામ સાર્વભૌમ છે, આખી પ્રકૃતિ માટે ઉપાયરૂપ છે. શાંતિમંત્ર બની ગયું છે કારણ કે શાંતિનાથ નામ ગણધરોએ અને દેવોએ આપેલું છે.

સત્તરમા તીર્થંકર કુંથુનાથનો નામમંત્ર છે, "ઓમશ્રી કુંથુનાથાય નમ:" કુંથુ એટલે કંથવા જેવા સૂક્ષ્મ જીવાણુ, બેક્ટેરિયા. બેક્ટેરીયા જન્ય રોગોનું નિવારણ કરે તે કુંથુનાથ. શાસ્ત્રમાં બે પ્રકારના જીવ બતાવ્યા છે, સૂક્ષ્મ અને બાદર. બેક્ટેરીયા પણ બે પ્રકારના છે પોષક અને ધાતક. કોઈપણ રોગ અશાતાવેદનીય કર્મના ઉદયથી જ થાય છે પણ તેમાં સૂક્ષ્મ બાદર બેક્ટેરીયા નિમિત બને છે. કુંથુનાથ ભગવાનનો નામમંત્ર એન્ટીબાયોટીક દવાનું કામ કરે છે અને બેક્ટેરીયાજન્ય રોગોનું નિવારણ કરે છે.

અઢારમા તીર્થંકર અરનાથનો નામમંત્ર છે, "ઓમશ્રી અરનાથાય નમ:" અર એટલે શત્રુ, દુશ્મન. શત્રુને વશ કરીને શાંત કરે તે અરનાથ. ધાર્મિક સબળ થવું હોય તેણે અધર્મરૂપી શત્રુને નિર્બળ કરવા પડે. એના

બે પ્રકાર છે. શત્રુને મારવો અથવા શત્રુને શાંત કરવો. શત્રુને શાંત કરવા માટે, અમંગળ થતું રોકવા માટે, તમોગુણ (ક્રોધ)થી બચવા માટે આ નામમંત્ર ઘણો ઉપયોગી છે. તેનાથી દુશ્મનાવટ દૂર થાય છે.

ઓગણીસમા તીર્થંકર મલ્લીનાથનો નામમંત્ર છે,"ૐશ્રી મલ્લિનાથાય નમ:" મલ્લિ એટલે પુનિત, પવિત્ર પુષ્પ. પાપનું અમંગળ તત્ત્વનું મર્દન કરીને પવિત્રતાને પરિપક્વ કરે છે. પુષ્યને બળવાન બનાવે તે મલ્લિનાથ. સંસારમાં અમંગળ તત્ત્વ વ્યક્તિરૂપે પણ છે અને શક્તિરૂપે પણ છે. વ્યક્તિ શક્તિનું ભાજન છે અને શક્તિ વ્યક્તિનું હથિયાર છે. આ રીતે વ્યક્તિ અને શક્તિનો પરસ્પર મેળ હોવા છતાં અમંગળ શક્તિવાળો વ્યક્તિ બીજાનું પુન: પુન: અમંગળ કરી શકે છે. આ નામમંત્ર અમંગળ વ્યક્તિને શાંત કરે છે.

વીસમા તીર્થંકર મુનિસુવ્રતસ્વામીનો નામમંત્ર છે, "ઓમશ્રી મુનિસુવ્રતદેવાય નમ:" મુનિ અને સુવ્રત આ બે શબ્દના સંયોજનથી મુનિસુવ્રત શબ્દ બન્યો છે. મુનિ એટલે સાધુ, ગુરુ અને સુવ્રત એટલે શ્રેષ્ઠ નિયમો અને વ્રતનું પાલન. મુનિસુવ્રત ભગવાનનું નામ ગુરુ અને સુવ્રતોની આરાધનામાં સહાયક બને છે. બે શબ્દો સંયુક્ત મંત્રરૂપ હોવાથી ગુરુભક્તિ અને વ્રતોનું ઉત્તમ પોષણ કરે છે. તેમના નામમંત્રથી ગુરુદેવનું સ્વાસ્થ્ય સારું રહે છે અને આરાધના માટે તેમની કૃપા રહે છે. મુનિસુવ્રત સ્વામીનો નામમંત્ર જીવનમાં ઉત્તમ આચાર-વિચાર પ્રગટ થાય એ માટે સંજીવનીરૂપ છે.

દિવસ : 6

એકવીસમા તીર્થંકર નમીનાથનો નામમંત્ર છે, "ઓમશ્રી નમીનાથાય નમ:" નમી એટલે નમાવવું. બહારના શત્રુઓ કે પછી તીવ્રક્રોધ જેવા અભ્યંતર (અંદરના) શત્રુઓને નમાવે, દૂર કરે એ નમીનાથ. આ નામમંત્ર કર્મીના કષાયની તીવ્રતા ઘટાડે છે. કષાયની પ્રબળતા દૂર કરીને પુષ્ય બાંધવામા નિમિતનું કારણ બને છે. પાપનો પરાભવ થાય છે અને ઉચ્ચ કોટિનું પરમપુષ્ય બંધાય છે.

બાવીસમા તીર્થંકર અરિષ્ટનેમિનો નામમંત્ર છે, "ઓમશ્રી અરિષ્ટનેમિનાથય નમ:" અરિષ્ટ એટલે અમંગલ અને નેમિ એટલે નમાવવું. અમંગલ તત્ત્વોને નમાવે તે અરિષ્ટનેમિ. વેદમાં અરિષ્ટનેમિ નામ ઘણી જગ્યાએ આવે છે. કષાયની પ્રબળતાને નેમિનાથ નમાવે છે. કષાયની પ્રબળતા મોટું અરિષ્ટ તો નથી પણ નુકસાન તો કરે જ છે. અરિષ્ટ સાપ જેવું છે તો અરિષ્ટનેમિ ગરુડ જેવા છે. ગરુડનો અવાજ સાંભળીને સાપ ભાગી જાય છે. અરિષ્ટ ઠંડી જેવું છે તો અરિષ્ટનેમિ અગ્નિ જેવા છે. અગ્નિ પ્રજ્વલિત થાય એટલે ઠંડી ભાગી જાય. બે ક્રિયામાં પ્રબળ ક્રિયા દુષ્ટ ક્રિયાને તોડે છે. બધા અરિષ્ટો અને અનિષ્ટોને દૂર કરી મંગલ તત્ત્વોને સ્થિરકરે છે.

ત્રેવીસમા તીર્થંકર પાર્શ્વનાથનો નામમંત્ર છે, "ઓમશ્રી પાર્શ્વનાથાય નમ:" પાર્શ્વ એટલે બાજુ. આજુબાજુ ચારેબાજુ. આજુબાજુના ક્ષેત્રગત અમંગલ તત્ત્વ ઉપર નિયંત્રણ કરે છે. આ નામમંત્ર આપણી આસપાસના ક્ષેત્રનું કવચ કરે છે. ક્ષેત્ર માટે બે પ્રકારના શબ્દ મળે છે.(1) ક્ષેત્ર. (2) ક્ષેત્રમર્યાદા. એક તરફ ક્ષેત્ર છે બીજી તરફ ક્ષેત્રમર્યાદા. પુણ્યક્ષેત્ર તૈયાર કર્યું એટલે પુણ્યના ભાવ આવવાના પણ મર્યાદા ના કરી હોય તો બધા ભાવ પ્રવેશવાના. જેટલી કિંમત બગીચાની છે એટલી જ કિંમત વાડ કહેવાતી ઘેરાબંધીની છે. આ નામમંત્ર દિશાઓનું કવચ કરે છે. આ કવચથી કોઈપણ દિશામાંથી ઉપદ્રવકારી તત્ત્વો પ્રવેશી શકતા નથી.

ચોવીસમા તીર્થંકર દેવાધિદેવ મહાવીરસ્વામીના બે નામ પ્રચલિત છે. વર્ધમાન અને મહાવીર. "ૐશ્રી વર્ધમાનાય નમ:" અને "ૐશ્રી મહાવીરાય નમ:" મહાવીર એટલે મહાપરાક્રમ અને વર્ધમાન એટલે વૃદ્ધિ થવી. સત્વ, શક્તિ, અને પરાક્રમની વૃદ્ધિ એટલે વર્ધમાન. આખું જૈન શાસન પરાક્રમ ઉપર ઊભું છે.પરાક્રમ ત્રણ પ્રકારના છે. (1) પાપમાં પરાક્રમ (2) પુણ્યમા પરાક્રમ (3) વ્રતમાં પરાક્રમ. પાપમાં પરાક્રમ એટલે કુકર્મમાં પુરુષાર્થ કરવો. પુણ્યમા પરાક્રમ એટલે દાન, સત્કર્મ વગેરેમાં પુરુષાર્થ કરવો અને વ્રતમાં પરાક્રમ એટલે

વ્રતનિયમના પાલનમાં પુરુષાર્થ કરવો. પુરુષાર્થ વગર પાંદડું પણ હલે નહી તેના માટે "ઓમશ્રી મહાવીરાય નમ:"

પરાક્રમ (પુરુષાર્થ)ના પરિણામ ત્રણ પ્રકારના થાય છે. કે પરિણામ વર્ધમાન થાય અથવા હીયમાન થાય અથવા અવસ્થિત રહે. પરાક્રમ વૃદ્ધિગત થાય તો જ કાર્ય સંપન્ન થાય છે. ભગવાન વર્ધમાનનું જીવન નામ પ્રમાણે છેક સુધી વર્ધમાન પરિણામી રહ્યું. "ઓમશ્રી વર્ધમાનાય નમ:" નામમંત્રથી વર્ધમાન પરિણામ થાય છે.

દિવસ : 7

પર્યુષણપર્વ દરમિયાન 24 તીર્થંકરોના નામમંત્ર અને તેનાથી મળતા લાભ વિશે આપણે જાણ્યું. આમ જોવા જઈએ તો થોડું જુદું લાગે પણ નામ અર્થ જુદા છતાંય ભાવ તો એક જ એવું નથી લાગતું? નરસિંહ મહેતાની કવિતા યાદ આવે છે,

અખિલ બ્રહ્માંડમાં એક તું શ્રી હરિ
જૂજવેરૂપે અનંત ભાસે...
બીજમાં વૃક્ષ તું વૃક્ષમાં બીજ તું...

એના જેવું છે. તીર્થંકરોની અનંત કૃપાતો વરસ્યા જ કરે છે પણ આપણને ઝીલતા આવડે છે? આપણે તો બસ દોડ્યા જ કરીએ છીએ શાંતિ અને સુખ કયાંય વેચાતા મળતા નથી કારણકે એ કોઈ વસ્તુ નથી પણ મનની અવસ્થા છે, જે આપણે કેળવવાની છે. આપણને સહજ પ્રશ્ન થાય કેવી રીતે? પ્રાર્થના અને ધ્યાન શ્રેષ્ઠ વિકલ્પ છે. ગાંધીજી કહે છે પ્રાર્થના આત્માનો ખોરાક છે. અંધકારમાંથી બહાર નીકળવાનો માર્ગ છે. પ્રાર્થનામાં કશું માંગવાનું નથી. ફક્ત બે હાથ જોડી આંખો બંધ કરી પરમાત્માને યાદ કરવાના છે. અંદરના કોલાહલને શાંત કરી આપણી પાસે શું નથી એમ નહીં પણ આપણી પાસે શું છે એના માટે કૃતજ્ઞતા વ્યક્ત કરવાની છે. પોતાને કેન્દ્રમાં રાખીને આગળ વધવા માટે સંકલ્પ કરીએ. બીજાના વાદ લેવાની જરૂર નથી. કોઈની પાસે વધારે હોય તો

ખુશ થઈએ અને ઓછું હોય તો બનતું કરીએ. આજ જૈનધર્મનો સાર છે. મૈત્રીભાવ રાખો, શબ્દોથી કે કાર્યથી હિંસા ના આચરો (કોઈના મનને ઠેસ ના પહોંચાડો) ભગવાનને યાદ કરો, દયાભાવ કેળવો. બસ આજ સ્વસ્થ અને સુખી જીવનની ચાવી છે.

દિવસ : 8

ખામેમિ સવ્વજીવે
સવ્વે જીવા ખમંતુમે।
મિત્તીમે સવ્વ ભૂએસુ
વેરં મજ્જ ન કેણઈ ॥

હું સર્વ જીવોને ખમાવું છું
સર્વ જીવો મારા જીવોને ખમાવજો.
મારે સર્વ જીવો સાથે મૈત્રીભાવ છે,
કોઈ પણ જીવ સાથે મારે વેરભાવ નથી.

9
2016

દિવસ : 1

Today is the first day of paryushan parv. Parv means festival and paryushan means to stay closer with our own soul. In our daily routine life we all forget to think about ourselves (instrospection). God has given enough space to think about ourselves to purify our souls by giving these eight days that we can easily keep vows and that leads our days without tensions,anger etc. Let we remember the first line of 'Navkaar Mahamantra.' "Namo Arihantanam." I bow down to the souls who have achieved victory over Aris (enemies). Ari means our internal enemies like desire, anger, greed and over ambitions. Let we keep our mind free from these enemies keep ourselves calm and cool by praying in our mind Namo Arihantanam.

આજના પવિત્ર દિવસે પ્રભુને પાર્થઁના કરુ છું કે મારૂં મન સદ્ભાવનાઓથી ભરેલું રહે અને હું તે સુગંધ મારા સ્વજનોમાં ફેલાવી શકું.

દિવસ : 2

Ahimsa is one of the basic virtues for us. What is Ahimsa? It is not limited to its meaning of "not hurting any soul on this earth by words or deeds." Ahimsa is the absence of Himsa, like darkness is absence of light. Here light means knowledge. To learn and gain knowledge is only information. But the knowledge that comes from within and touches our soul is called consciousness that leads us on the way to Ahimsa. Of course it is difficult but if we start from primer, "to live and let live." Whether it is a small insect or a person. Let us start to keep concern only with ourselves without disturbing or reacting on other's matters. Think ! If majority of the souls adopt this slogan then is there any possibility of Himsa on this earth? Lord Mahavir has given importance to this beautiful word Ahimsa and Mahatma Gandhi made it popular in the whole world. "Ahimsa Paramo Dharma." Second line of "Navkar Mahamantra" is "Namo Sidhhanam." We have 24 Tirthankars and numerous Siddha kevalis. I bow down to all siddha Kevalis who heard the preachings delivered by Tirthankars and spread to us by speeches and scripts called Agamas.

દિવસ : 3

Next to Ahimsa is "Aprigrah." It is about not to accumulate the things but to remove greediness from within. Like Ahimsa we have to understand word "Parigrah." Parigrah means possessiveness. It depends on how many things like clothes, money, jewellery, relationships of husband & wife or our staff members we are possessive about and think we are boss. Practise to change that attitude, try to keep ourselves detached. Just flow with friendliness without attachements (sakshibhav). It is not about sacrificing all relationships and belongings. It is to flow freely with consciousness (nothing will come with us after life) so free oneself from now.

Third line of "Navkar Mahamantra" is "Namo Ayariyanam" means I bow down to all Acharyas. Acharyas are those who live with us, teach us, guide us with their knowledge. They are given degree of Acharya after attaining certain degree of knowledge. They are capable to lead whole Sangh in a righteous way.

દિવસ : 4

અહિંસા અને અપરિગ્રહ પછી અમારિપ્રવર્તન સાધર્મિક વાત્સલ્ય અને ચૈત્ય પરિપાટી, તપ, ક્ષમાપના વગેરે કર્તવ્યો આવે છે. કોઈ પણ જીવ મરતો હોય તેને બચાવવાનો પ્રયત્ન કરવો તે અમારી પ્રવર્તન છે. તેનાથી અનુકંપાભાવ (કરુણા) બહાર આવે છે અને મૈત્રીભાવ પ્રગટે છે. આપણે સમૂહમાં રહીએ છીએ. જરુરતવાળા સમાનધર્મીઓને મદદ કરવી એ સાધર્મિક વાત્સલ્ય છે. તેનાથી વાત્સલ્યભાવ કેળવાય છે અને સંઘર્ષો દૂર રહે છે.

આજથી કલ્પસૂત્રનું વાંચન શરુ થાય છે. કલ્પસૂત્રની રચના શ્રુતકેવળી ભદ્રબાહુસ્વામી એ કરેલી છે. ભગવાન મહાવીરના નિર્વાણ પછી 980 વર્ષો બાદ આ ગ્રંથ જાહેરમાં વાંચવાની શરૂઆત થઈ હતી. એમાં સાધુ-સાધ્વીના આચાર અને તીર્થંકરો ના ચરિત્ર મુખ્ય છે.

નવકાર મહામંત્રનું ચોથું પદ છે "નમો ઉવજ્જાયાણં" અર્થાત્ "ઉપાધ્યાય ને નમસ્કાર!" ઉપાધ્યાય પણ એક પદવી છે. તેઓ

આપણને જ્ઞાન આપે છે પોતાના આચરણમાં ઉતારે છે અને આપણને આચરણમાં મૂકવા માટે સમજાવે છે. ના સમજ પડે તો ફરીથી સમજાવે છે.

દિવસ : 5

આજે સૌને ગમતો અને સૌથી વધારે ઉજવાતો દિવસ છે. આજે મહાવીરભગવાનનું જન્મ વાંચન થાય છે. દેરાસરોમાં ભવ્ય આંગી કરવામાં આવે છે. લોકો પણ સુંદર તૈયાર થઈ ભારે ઉત્સાહપૂર્વક આ દિવસ ઉજવે છે. આપણાં દરેક તીર્થંકર રાજા હતા, લખલૂટ સંપત્તિના માલિક હતા. છતાં પણ સમાજના ઉધ્ધાર માટે વૈભવનો ત્યાગ કર્યો અને ઉગ્ર તપસ્યા કરી તીર્થંકરપદ પામ્યા. તેમના મુખ અને આંખોમાંથી અપાર કરુણા અને શાંતિ ભક્તો પર વરસી રહી હોય તેમ અનુભવાય છે. દરેક મૂર્તિ શરીરનું નહીં પણ ગુણોનું પ્રતિનિધિત્વ કરે છે. અને તે ગુણોનું સન્માન આપણે ભવ્ય આંગી રચીને કરીએ છીએ. કેટલો સુંદર ભાવ! કેટલો આનંદ છે આ ઉત્સવમાં! "ભાવ ભલો મન આણીએ, ભાવે કેવળજ્ઞાન."

નવકાર મહામંત્રનું પાંચમું પદ છે "નમો લોએ સવ્વસાહુણં." અર્થાત લોકોમાં જે પણ સાધુ છે તે સૌને નમસ્કાર. ઉપરના ચાર પ્રકારના જ્ઞાનીઓ સિવાય અન્ય જ્ઞાનીઓને સાધુ કહ્યા છે.જીવન રહસ્યપૂર્ણ છે. બધી જ વ્યક્તિઓના ઢાંચા નક્કી ના થઈ શકે એટલે જે આચરણમાં સરળ છે સાધના પણ કરે છે.

દિવસ : 6

આજે સવારે ભગવાનને શાળાએ બેસાડ્યા એ પ્રસંગને આપણે નિશાળગરણું તરીકે ઉજવીએ છીએ. નાના બાળકોમાં પેન્સિલ અને નોટ વહેંચવાનું મહત્ત્વ છે (પ્રભાવના). મારા બાળકો નાના હતા ત્યારે મને ખૂબ ગમતું હતું. આજે ગણધરવાદ પણ વંચાશે. ગૌતમસ્વમી અનેક લબ્ધિઓના સ્વામી હતા. ભગવાન મહાવીરના પ્રથમ ગણધર

હતા. જ્ઞાનના મહાસાગર હતા છતાં પણ તેમના માં ભારોભાર નમ્રતા હતી. અન્યની શંકાના નિવારણ માટે પોતાના જ્ઞાનનો ઉપયોગ કર્યા વગર ભગવાનને પૂછીને જ સમાધાન મેળવતા. ગુરુવિનય અને ગુરુભક્તિનો પરમ આદર્શ હતા. નવકાર મહામંત્રના પાંચ પદ જુદા જુદા વાંચ્યા હવેના ચાર પદ ભેગા લીધા છે. એસો પંચ નમુક્કારો, સવ્વપાવપણાસણો, મંગલાણંચ સવ્વોસિં, પઢમં હવઈ મંગલમ. આ પાંચ નમસ્કાર બધા પાપોનો નાશ કરનાર છે. તેમજ બધા કાર્યોમાં પ્રથમ મંગલ સ્વરૂપ છે. નવકારને મહામંત્ર કહ્યો છે. પૃથ્વી પર આવા પાંચ-દસ મહામંત્રો છે. સદ્ભાવ અને મંગળ કામનાઓથી ભરેલી વ્યક્તિ આંખો બંધ કરીને નવકારમંત્રનું સ્મરણ કરે તો તેનામાં ગુણાત્મક પરિવર્તન આવે છે અને મનના વિકારો તથા રોગ પણ દૂર થાય છે તેમ વૈજ્ઞાનિક પ્રયોગ દ્વારા સાબિત થયેલું છે.

દિવસ : 7

પર્યુષણપર્વમાં તપનો મહિમા ખૂબ છે. યથાશક્તિ તપ કરવાનું કહ્યું છે. તપ એટલે લાંઘણ નહીં પરંતુ ઈન્દ્રિયશુધ્ધિ અને મનશુધ્ધિ કરનાર અગ્નિનો તાપ. જેનાથી ઉપવાસના થાય તો આયંબિલ અથવા એકાસણું અથવા બેસણું કરી શકે છે અને કશું જ ના થાય તો નોકારવાળી ગણવાનું કહ્યું છે. તપ અને સ્વાધ્યાય શ્રેષ્ઠ ધ્યાન છે. આત્માને ઉચ્ચ કક્ષાએ લઈ જાય છે. ચૈત્યપરિપાટી એટલે જુદા જુદા ચૈત્યોમાં (દેરાસરો)માં દર્શન કરવા જવું. ભગવાનના દર્શન કરવાથી આત્મશુદ્ધિનો ભાવ જન્મે છે. ઉત્તમભાવનાનું બીજ મનમાં રોપાય છે. એક સત્યના અનેક સ્વરૂપ હોઈ શકે છે. આપણો મત પકડી ના રાખતા બીજાના મત વિશે પણ આદરપૂર્વક વિચારણા કરવી તે અનેકાંતવાદ છે. તેમાં બે શબ્દ છે, પહેલો અનેક અને બીજો અંત. અંતનો અર્થ ધર્મ અથવા દ્રષ્ટિ છે. કોઈપણ વસ્તુતત્ત્વનું ભિન્ન ભિન્ન દ્રષ્ટિએ પર્યાવલોકન કરવું તે અનેકાંત છે.

આવતીકાલે સૌથી અગત્યનો છેલ્લો દિવસ છે સંવત્સરી ! વેરઝેરનો ત્યાગ કરી ક્ષમાપના પાઠવવાનો દિવસ. ક્ષમા માગવાથી સબંધમાં

પડેલી ગાંઠ ખુલે છે. ગાંઠનું મૂળ શોધીએ પછી નિરાકરણ કરીએ. પછી ક્ષમા માંગીએ અને આપીએ. આ ભાવ ક્ષમા છે. હ્રદયના ઊંડા ભાવથી ક્રોધ અને ઈર્ષ્યા બહાર કાઢીએ અને મિત્રાચારીભર્યું જીવન જીવીએ એ જ આ પર્વનો ઉદ્દેશ છે.

દિવસ : 8

ખામેમિ સવ્વજીવે
સવ્વે જીવા ખમંતુમે।
મિત્તીમે સવ્વ ભૂએસુ
વેરં મજ્જ ન કેણઈ ॥

હું સર્વ જીવોને ખમાવું છું,
સર્વ જીવો મારા જીવોને ખમાવજો (માફ કરજો).
મારે સર્વ જીવો સાથે મૈત્રીભાવ છે,
કોઈ પણ જીવ સાથે મારે વેરભાવ નથી.

I forgive all jivas (souls) and may all jivas forgive me. I have amity for all jivas and I don't have enmity against any jivas.

10
2015

દિવસ : 1

Paryushan is a parva of Tyag and Tapscharya. Means to get out of our daily outer activities and worries and try to stay closer to our own soul for getting inner peace by introspection. Let us stay away from anger, stress, and prejudices and feel ourself in sarin serenity.

દિવસ : 2

In the days of Paryushan there are some kartavyas that cleans our mind and thoughts. Like, Ahimsa, Sadharmik Vatsalya, attham tap chaitya paripati and kshamapana. Amaripravartan to protects abol jiv means animals and birds from others who take them to Katalkhana for killing. To hurt someone by words or deeds is called himsa. Let us take care of not hurting any one by words or deeds. We can easily do these by control ourselves with limited intake of food means not only fast but lilotari tyag, nokarshi and chauwihar.

દિવસ : 3

Sadharmik Vatsalya motivates us to overcome our ego. To help others and to be friendly to all leads to have deep compassion, love, and friendliness. It prepares our mind to get rid of harming killing deceiving cheating that brings peace and harmony in family and society.

દિવસ : 4

Kalpasutra is written by Shrutkevali Bhadrabahuswami. Today is the day of Kalpasutra reading. It started reading in mass after 980 years of Mahavirswami's Nirvan. According to Pandit Sukhlalji there was a tradition to read Ramayana Mahabharata and Bhagvat in mass. To promote Jain Sashan our Acharyas started reading Kalpsutra in mass. One poet says Kalpasutra is like Kalptaru. This tree is symbolic Mahavircharit as seeds, Parshva charit as sprout Nem charit as stem Rishabh charit as branches Sthaviravali (Gandharvad) as flower and Samachari (good behaviour) as fragrance.

દિવસ : 5

Today is Mahavir Janmavachan the most enthusiastic day in Paryushan. It is celebrated in whole world where a Jain family is there. We remember fourteen supans that Bhagvan's mother seen in her dreams. Each supan has message to confirm that Tirthankar is coming on the planet to spread peace compassion and friendliness. And his message is very much needed in our daily life for enlightenment.

દિવસ : 6

Conversations of Bhagwan Mahavir with (Indrabhuti) Gautamswami and ten other Pandits is known as Gandharvad. Mahavir clear all doubts And all eleven adopt sayam means diksha. Known as gandhars of Mahavirswami's Gautamswami was ocean of knowledge. Let us pray to gain drop from him.

દિવસ : 7

The most important message of Bhagvan Mahavir is Anekantvad. It is very much relevant in today's life. Anekantvad means there can not be only one truth what we believe. Concept of truth or may be perception of life can be differ person to person. Let we accept other's view, melt our ego and spread the fragrance of friendliness.

દિવસ : 8

If I have hurt you by words or deeds, knowingly or unknowingly I ask for forgiveness. Please forgive me.

11
2014

દિવસ : 1

Paryushan is Sanskrit word. It's literally meaning to stay closer means to stay closer to our own soul. These eight religious day we should forget all our complaints and tensions and keep our mind cool and calm by remembering Jinvani.

દિવસ : 2

On the second day of Paryushan we will think over Ahinsa. Ahinsa Paramo Dharma. Means not to hurt anybody i.e. animals birds vanaspati and person by words or deeds. Abhaydan is shreshth dan not only to save any jiv but to keep in our mind that nobody should afraid by ourself. Fill your heart with compassion and be loveable and compassionate to all living things.

દિવસ : 3

Let we understand the importance of Amari Pravartan. Jivo ane Jivava Do. Tu innumerable abol jivo(souls) whom you have not direct connection pray for their protection and security. And with whom you are connected be friendly with them. Let them feel happy with you. Lord Mahavir shows four points for practicing Amari Pravartan. Matri (friendship) Samata (patience) Nirbhayta (absence of fear) and Karuna (compassion).

દિવસ : 4

Today is the day of hearing Kalpautra written by last Shrut Kevali of lord Mahavir, Bhadrabahuswami. Kalp means Achar (behaviour) and Kalpsutra give a path how to lead life with clean thoughts(niti) and humble deeds (kartavya). Kalpsutra is medium of introspection.

દિવસ : 5

Today is Mahavir Janma Vaachan,very important day in Paryushan. Nobody is unaware about fourteen supano that Bhagwan Mahavir's mother had seen in dreams. He was born to be the Tirthankar. He spread message of Peace Ahinsa Aparigrah and Anekantvad (to accept others view too). His message is very much in today's world too. Koti Koti Vandan !

દિવસ : 6

Conversations of Bhagwan Mahavir with Gautamswami (Indrabhuti) and ten other maha pandits is known as

Gandharvad. Bhagwan Mahavir clear all doubts and all eleven adopt Saiyam means diksha and known as Gandhars of Mahavirswami. Gautamswami was ocean of knowledge with Namrata. Let us pray for His grace to get little from Him.

દિવસ : 7

The most beautiful message given by Bhagwan Mahavir is Anekantvad. Truth is one but it can be observed by different aspects. Never stick on your view,try to understand other's view too. He can be right by his own way. Accept Anekantvad, world will lead to peace and friendship.

દિવસ : 8

Knowingly or unknowingly by thoughts, words, or deeds if I may hurt you I express my regrets for that and will try for not repeat forward.

12
2013

દિવસ : 1

Let us all welcome Parvadhiraj Paryushan. Let us try to remain close to our own soul by forgetting all tensions and worries and keeping calm and cool ourselves in the name of God.

દિવસ : 2

Today is second day leading Ahimsa i.e. non violence. No hurt to any livingthings. Let we spend something on Jivadaya for birds, animals and needy people.

દિવસ : 3

Today is third day. Let we think about Tapashchrya. Tap means Saiyam. Saiyam leads us to calmness and purity of our soul. Whatever kind of Tap we can do, if nothing we can keep saiyam on our vaani. That is the best thing to do. Keep thinking CHALSHE HAVE JAVA DO NE.

દિવસ : 4

Today is auspicious day in the name of Great Shrut Gyan Kalpsutra. Let we remember Vaani of Tirthankar Mahavir that will clean our heart by compassion and forgiveness. Coincidently today is teacher'fay. Oh God may enlighten our heart by teaching correct path of seeking ultimate truth.

દિવસ : 5

Let we celebrate Mahavir Janma Vaachan. Whole day in the rememberence of Tirthankar Mahavir. Visit Mahavirswami's decorated bhavya aangi derasars and feel happy how Great Soul came on the earth for mentoring the path of moksha for common people.

દિવસ : 6

Today is Gandharvaad. Let we remember Gautamswami the ocean of knowledge (gyan) Namrata (give respect to others) Labthi (achievements). He is frst Gandhar of Mahavirswami. Let we remember Him to get his Grace (krupa) in our gyan and namrata constantly.

દિવસ : 7

We are going to derasar with chokha for doing Sathio but are we going with chokhhu man (clean mind) ? God resides in clean mind. Doswadhyay kaussagg meditation whatever you can do to clean all resentments of our soul.

દિવસ : 8

The main purpose of Paryushan is to purify our soul and ask for kshamapana. It means forgiveness. Today is Samvatsary is to forgive all jivas. I've spend my last eight days in peaceful mind and tried to share one thought daily with you from the deepest of my heart. If i may hurt you or made you unhappy directly or indirectly please forgive me. MY PURPOSE OF ASKING NOT ONLY FOR FORGIVENESS BUT TRYING NOT TO REPEAT FORWARD. MICHHAMI DUKKADAM !

13
2010

The real purpose of PARYUSHAN is to purify our soul by staying closer to our soul. This is the time we would like to have break in our daily routine and remember teachings of our TIRTHANKARS for serenity of our life.There are five DUTIES (moral responsibilities) of SHRAVAK (Jain person). AMARI PRAVARTAN (AHIMSA) SADHARMIK BHAKTI. (FRIENDLINESS) ATTHAM TAP. (THREE DAYS FAST) CHAITYA PARIPATI (GOING TO TEMPLE) KSHAMAPANA (FORGIVENESS). AMARI PRAVARTAN means To live and Let Live. Be kind on all souls of earth i.e. insects, animals,and human beings. Be generous in helping others. Never harm anybody consciously or unconsciously. God is always. kind and generous on all souls if they are right or not. Like him never think who is deserving or not but be kind and generous. Save animals. Do not kill animals for your personal gain.

SADHARMIK BHAKTI means keep faith in all individuals.Think yourself lucky if God has given you in plenty that you can help others who are in need. As clothes are getting cleaned by washing, our body by bathing and mirror by clean clothe, like that give a chance to our soul get cleaned by generocity, friendliness and compassion.

ATTHAM TAP means fasting for three days. One of the five duties of shravak is to keep fast for three days in PARYUSHAN for calmdown our body and soul. It also teaches us to keep control on our endless demandsand make our life disciplined.

CHAITYAPARIPATI means to visit different temples of our city that we can see and enjoy different places and temples of different Gods like Adinath,Mahavirswami and Parshwanath.

KSHAMAPANA means forgiveness.Main purpose of PARYUSHAN is to ask for forgiveness and to forgive all Jivas.This is the time we become free. from all egos and desputes and feel friendliness and intimacy with all. Jivas. Only love and friendlinessbrings peacefulness in our life.There is no sense in TIT FOR TAT.Let them do whatever they think but you never. think to keep enimity on them. That is the best way of life. Let us all. get together for being friend and learn to live like LOTUS such a beautiful flower which born in dirt but never touch a dirt.

14
2009

Paryushan is coming every year with faith and give us message how to live our life peacefully. Meaning of Paryushan is to keep ourself closer to our soul.These days we are pass our days in remembrance of Lord Mahavir. Lord Mahavir has taught compassion, ahimsa, and forgiveness. Let us all thank God for being part of Jainism and learn to keep friendship and not hurt anybody's emotions. I truly believe in my God and ask for forgiveness if I've hurt you. knowingly or unknowingly.

KHAMEMI SAVVE JIVA, SAVVE JIVA KHAMANTUME. MITTI ME SAVV BHUESU, VERAM MAZZ NA KENAE. I FORGIVE ALL JIVAS(everybody)AND MAY ALL JIVAS FORGIVE ME. I HAVE AMITY FOR ALL JIVAS AND I DO NOT HAVE ENEMITY AGAINST ANY JIVA.

15
2008

Paryushan teach us to purify our soul by staying. closer to our soul.Paryushan gives us message to keep MAITRI (cordial relation), AHIMSA (non violence), and KSHAMA (forgiveness) to all living beings.

(1) Cordial relation means to keep amity with all and never think about enemity in our mind.

(2) Non violence means not only to kill anybody but here it means not to hurt anybody byeven words or act.

(3) Forgiveness means to ask for forgiveness for our mistakes we commitedand give forgiveness to others. Hence I ask for forgiveness if I've hurt knowingly or unknowingly and forgive all living beings to keep amity with all on account of SAMVTSARY !

16

ભગવતી સૂત્ર - શતક : 1

જૈન આગમ આધ્યાત્મિક જીવનનું પ્રતિનિધિત્વ કરનારો ચિંતનનો અદ્ભુત અને અનોખો સંગ્રહ છે, સંકલન છે. શ્રમણ ભગવાન શ્રી મહાવીર સ્વામીજી ઈ.સ. પૂર્વે 557માં સર્વજ્ઞ બન્યા. બીજે દિવસે એમણે ગૌતમ ઈન્દ્રભૂતિ સહિત અગિયાર વેદમૂર્તિ બ્રાહ્મણોને દીક્ષા આપી અને એમને ગણધરની માનવંતી પદવીથી નવાજ્યા. એ સમયે તીર્થ સ્થાપતી વેળાએ વીર પ્રભુએ અગિયારે ગણધરોને જૈન દર્શનની ચાવીરૂપ મહામૂલી ત્રિપદીનો બોધ કરાવતાં કહ્યું. "ઉપ્પન્ને ઈ વા, ધ્રૂવે ઈ વા અને વિગમે ઈ વા" અર્થાત "પ્રત્યેક પદાર્થ અન્યાન્ય સ્વરુપે ઉત્પન્ન થાય છે, પૂર્વ સ્વરુપે નાશ પામે છે અને મૂળ સ્વરુપે પૂર્વ-સનાતન પણ છે." આ ગહનભાવનાવાળી ત્રિપદીને લક્ષમાં રાખીને સર્વ ગણધરોએ સ્વતંત્ર દ્વાદશાંગી રચી. શ્રી સુધર્માસ્વામીજી શ્રી મહાવીર સ્વામીજીના અનુક્રમે પાંચમાં ગણધર હતા. એમણે રચેલી દ્વાદશાંગીના શરુઆતના અગિયાર અંગો આજે પણ જળવાઈ રહ્યા છે. લુપ્ત પામેલ બારમા દૃષ્ટિવાદ અંગના ઝરણરૂપ "પૂર્વ વિભાગ"ને અનુલક્ષીને કાલાન્તરે અન્ય આગમો રચાયા. અત્યારે મુખ્ય પિસ્તાળીસ આગમો મોજુદ છે. બારમું અંગ આશરે પંદરસો વર્ષથી લુપ્ત પામેલું છે. આ મોજુદ આગમોમાં સમાવિષ્ટ દ્રવ્યાનુયોગ, ચરણકરણાનુયોગ, ગણિતાનુયોગ

અને ધર્મકથાનુયોગમાં ઠેર ઠેર જીવમાંથી શિવ બનવાની પ્રક્રિયાનો નિર્દેશ છે. આગમશાસ્ત્રોમાં જૈન શાસનના બંધારણનો પાયો છે. જૈન આગમરુપી આ દસ્તાવેજમાં જ્ઞાન, દર્શન અને ચારિત્રરૂપ ત્રિરત્નની માલિકી આપવાના સિદ્ધાંતો, નિયમો અને આચારોનું વિશદ્ માર્ગદર્શન આપવામાં આવેલ છે. એમાં જણાવેલ આચારપાલન અવશ્ય માનવીની આત્મોન્નતિ કરાવી શકે છે. અગિયાર અંગસૂત્રો, બાર ઉપાંગસૂત્રો, ચાર છેદ અને એક આવશ્યક સૂત્ર એમ બત્રીસ આગમોનો સ્વીકાર સ્થાનકવાસી અને તેરાપંથ સંપ્રદાયમાં થયો છે. શ્વેતાંબર મૂર્તિપૂજક સમાજ ઉપલબ્ધ મૂળ આગમો સાથે કેટલીક નિર્યુક્તિઓને મેળવી 45 આગમ માને છે. દિગંબર સમાજ માને છે કે બધાય આગમો લુપ્ત થઈ ગયા છે. દ્વાદશાંગી ગણિપિટકના બારે અંગસૂત્ર સ્વતંત્ર વિષય ધરાવે છે. પ્રત્યેક આગમ પોતપોતાના વિષય નિરુપણ આદિની દૃષ્ટિએ ઉત્તમ જ છે. તેમ છતાં વિશાળતા, ગહનતા, ગંભીરતા, દર્શન આદિની દૃષ્ટિએ શ્રી ભગવતીસૂત્ર મૂર્ધન્ય સ્થાન પ્રાપ્ત કરે છે. લબ્ધિનિધાન શ્રી ગૌતમસ્વામી તેમ જ અન્ય પ્રશ્નકારો દ્વારા વિવિધ વિષયને સ્પર્શતા 36,000 પ્રશ્નો અને પ્રભુ મહાવીરસ્વામીજીએ આપેલા ઉત્તરોથી સમૃદ્ધ આ સૂત્ર છે. તેની પૂજનીય અને વિશિષ્ટતાના કારણે આ સૂત્ર માટે 'ભગવતી' એવા વિશેષણનો પ્રયોગ થયો હતો પરંતુ 100થી પણ વધારે વર્ષોથી તે વિશેષણ ના રહેતા સ્વતંત્ર નામ બની ગયું છે. આ આગમનું મૂળ નામ વિવાહ પણ્ણતિ છે, કારણ કે તે પ્રશ્નોત્તર શૈલીમાં રચાયેલું છે. દ્વાદશાંગીનો આ અત્યંત મહત્ત્વનો આગમ ગ્રંથ, તત્ત્વવિદ્યાનો ભંડારરૂપ ગ્રંથ છે. આમાં ચેતન અને અચેતન બંને તત્ત્વોની વિશદ જાણકારી આપવામાં આવી છે. એમાં એટલા બધા વિષયોની ચર્ચા છે કે સંભવત : વિશ્વ વિદ્યાની એવી કોઈ શાખા નહીં હોય જેની તેમાં પ્રત્યક્ષ અથવા અપરોક્ષ રીતે ચર્ચા ના હોય. ભગવતીસૂત્રમાં હાલ એકતાલીસ વિભાગો છે. દરેકને શતક કહેવામાં આવે છે. એના પેટા વિભાગને ઉદ્દેશક કહે છે. પ્રત્યેક શતકના ઉદ્દેશકના નામ શતકના પ્રારંભમાં આપ્યા છે, અને તેમાં શતકના મુખ્ય વિષયનો નિર્દેશ છે.

શતક: 1માં દસ ઉદ્દેશક છે. તેના પ્રત્યેક ઉદ્દેશકમાં વિવિધ વિષયોનું

વર્ણન આ પ્રમાણે છે:

ઉદ્દેશકઃ 1 સમગ્ર શાસ્ત્રના મંગલાચરણરૂપ નમસ્કાર મહામંત્રનું ઉચ્ચારણ કરીને સૂત્રકારે ગૌતમસ્વામીનો મુખ્ય પ્રશ્ન "ચલમાણે ચલિએ" પ્રસ્તુત કર્યો છે. ત્યાર પછી 24 દંડકોના જીવોનો આહાર આદિ સંબંધી પ્રશ્ન, આત્મરંભ-પરારંભ, જ્ઞાનાદિની પરંપરા, સંવૃત અને અસંવૃત અણગાર તથા અસંમત જીવોની ગતિનું નિરૂપણ છે.

ઉદ્દેશકઃ 2 સ્વકૃત કર્મફળ ભોગનો સિદ્ધાંત, 24 દંડકના જીવોમાં અને સલેશી જીવોમાં સમાહાર, સમકર્મ, સમક્રિયાદિ, સંસાર-સંસ્થાન કાળ, અંતક્રિયા અને અસંજ્ઞી આયુષ્યનું પ્રતિપાદન છે.

ઉદ્દેશકઃ 3 કાંક્ષા મોહનીય કર્મ, તેના બંધ અને વેદનાના કારણો, વેદન તેમ જ નાશનો સચોટ ઉપાય અને અસ્તિત્વ-નાસ્તિત્વના પરિણમન વિષયક વિચારણા કરી છે.

ઉદ્દેશકઃ 4 કર્મપ્રકૃતિ, જીવનું ઉપસ્થાન અને અપક્રમણ, કર્મક્ષયથી મુક્તિ, પુદગલનું નિત્યત્વ અને છદ્મસ્થ મુક્તિનો નિષેધ કર્યો છે.

ઉદ્દેશકઃ 5 ચોવીસ દંડકના જીવોના આવાસ, સ્થિતિસ્થાન અવગાહના, શરીર, લેશ્યા, દૃષ્ટિ વગેરે તથા તેમાં ક્રોધાદિની અપેક્ષાએ ભંગ સંખ્યાનું પ્રતિપાદન છે.

ઉદ્દેશકઃ 6 સૂર્યના ઉદય-અસ્ત સમયની દૂરી, લોકાન્ત સ્પર્શના, ક્રિયા વિચાર, રોહા અણગારના પ્રશ્નો, લોકસ્થિતિ, જીવ અને પુદગલ સંબંધ અને સ્નેહકાર્યનું વર્ણન છે.

ઉદ્દેશક : 7 નારાકાદિ જીવોમાં ઉતપાત અને ઉદવર્તના સમયનો આહાર, વિગ્રહગતિ, ગર્ભવિચાર, ગર્ભસ્થ જીવની ગતિ, સ્થિતિ આદિ વિષયોનું નિદર્શન છે.

ઉદ્દેશક: 8 બાલ-પંડિતાદિનો આયુષ્યબંધ, મૃતદ્યાત્કાદિને લાગતી ક્રિયા, જય-પરાજયનું કારણ અને વીર્ય વિચારણા કરી છે.

ઉદ્દેશક: 9 જીવોનું ગુરુત્વ-લઘુત્વ, નિર્ગ્રંથો માટે પ્રશસ્ત ગુણો, આયુષ્યબંધ વિષયક અન્ય તીર્થિકોની માન્યતાનું નિરાકરણ, અપ્રત્યાખ્યાન ક્રિયા, આધાકર્માદિ દોષયુક્ત અને નિદોષ આહાર સેવનનું ફળ, સ્થિતિ-અસ્થિરાદિ પ્રકરણનું પ્રતિપાદન છે.

ઉદ્દેશક: 10 પરમાણુના વિભાગ, ભાષા-અભાષા વગેરે વિષયક અન્ય તીર્થિકોની માન્યતાઓનું નિરાકરણ તથા ઔર્યાપથિક અને સાંપરાયિક ક્રિયાનું વર્ણન છે.

ભગવાન શ્રી મહાવીર સ્વામીજીના શ્રીમુખેથી પ્રસારિત દિવ્યજ્ઞાનને 14 પૂર્વના જ્ઞાતા ગણધર ભગવંત શ્રી સુધર્માસ્વામીએ કર્ણ-ગોચર કરેલું અને પોતાના શિષ્ય શ્રી જંબૂસ્વામીને આપેલું છે તે આપણે જાણીએ છીએ. જંબૂસ્વામી પછી કાલાન્તરે શાસ્ત્રજ્ઞાનની સ્મૃતિમાં ઘટાડો થવા માંડ્યો. તેમાં એક દુષ્કર દુકાળ પડ્યો. આ દુકાળને લીધે પાઠ-પઠન પ્રણાલીમાં ઘટાડો થયો. શાસ્ત્રજ્ઞાન વિસ્મૃતિ વધવા માંડી. તે સમયે જૈનશાસનના રત્નસમા પૂ. શ્રી અભયદેવસૂરિને ચિંતા રહેવા માંડી કે શાસ્ત્રજ્ઞાનનું શું થશે? એક મધ્યરાત્રિએ શાસનદેવી પ્રત્યક્ષ થયા અને જણાવ્યું કે પૂર્વે શીલંકાચાર્ય નામના સમર્થ આચાર્ય દ્વારા રચાયેલી 11 અંગો પરની વૃત્તિઓમાંથી કાળદોષના પરિણામે બે અંગની વૃત્તિ સિવાય સર્વ વિચ્છેદ થવા પામી છે. આ નવેય અંગો પર વૃત્તિ (ટીકા) રચવાનું કાર્ય આપ કરો. એ જ દિવસથી આયંબીલ તપની આકરી તપશ્ચર્યા અને અથાગ પરિશ્રમ કરીને નવે ય ટીકાઓ રચવાનું શ્રેય આ મહાન આચાર્યને મળે છે. ભગવતીસૂત્રના વ્યાખ્યાનો, અનુવાદ, વિવેચન, ટીકાઓ આ તમામ સાહિત્ય જે આપણને મળે છે તેનો મૂળ સંદર્ભ શાસન પ્રભાવક મહર્ષિ તરીકે પ્રસિદ્ધ આચાર્ય અભયદેવસૂરિનો ગ્રંથ છે. શ્રી ભગવતીસૂત્રને ટીકાકાર શ્રી અભયદેવસૂરિએ જયકુંજર હાથીની ઉપમા આપી છે. શ્રેણિકરાજાના

પુત્રો હલ્લ અને વિહલ્લના ઉત્તમ હસ્તીનું નામ જયકુંજર હતું. શ્રી ભગવતીસૂત્ર રૂપ હાથીની શય અને સિદ્ધિ સુલભ બને છે. નિશ્ચય અને વ્યવહારરૂપ બે ગંડસ્થળો, નિગમનરૂપ અતુચ્છ પુચ્છ, દ્રવ્ય અને પર્યાયરૂપ બે દંતમુસલો, જ્ઞાન અને ચારિત્રરૂપ બે નયનયુગલ, ચાર અનુયોગોરૂપ ચાર પગો-સૂત્રરૂપ દેહ, પ્રસ્તાવનારૂપ સૂંઢ, ઉત્સર્ગ અને અપવાદરૂપ ઘંટાયુગલ, સ્યાદવાદ રૂપ અંકુશ અને ઉદ્દેશકરૂપ સુવર્ણ અંબાડી વગેરે શ્રી અભયદેવસૂરિએ ભગવતીસૂત્ર રૂપ જયકુંજર હાથીના આધ્યાત્મિક અંગોપાંગો અને તેનાથી ફલિત થતી શય અને સિદ્ધિ. આ બધા જ વિષયોનું ખૂબ સુંદર રીતે વિવેચન કર્યું છે. 'ભગવતી સૂત્ર' પાંચમું આગમ છે અને તેનું મૂળ નામ 'વિવાહ પણતિ' છે. આ પ્રાકૃતરૂપ શબ્દોનું શ્રી અભયદેવસૂરિએ પાંચ સંસ્કૃત શબ્દોમાં રૂપાંતર કર્યું છે. પ્રસ્તુત આગમમાં અનુષ્ટુપ શ્લોકના અનુપાતથી 16000 શ્લોક પ્રમાણ છે.

શ્રી ભગવતીસૂત્ર ભાગ-1 જેના પ્રધાન સંપાદિકા ભાવયોગિની બા.બ્ર. લીલમબાઈ મહાસતીજી અને અનુવાદિકા ડૉ. સાધ્વી શ્રી આરતીબાઈ મહાસતીજીએ અનુવાદ અને વિવેચન સહિત પ્રગટ કર્યો છે. તેમણે મહાસાગરમાં ડૂબકી મારીને મોતી શોધવા જેટલા જટિલ કાર્યને અત્યંત સરળ ભાષામાં રજૂ કર્યું છે. દરેક શતકમાં જે ઉદ્દેશક શરૂ થાય તેનો સંક્ષિપ્ત સાર ખૂબ સુંદર ભાષામાં રજૂ કર્યો છે. જેથી પહેલા સાર વાંચી જવામાં આવે તો મૂળ શાસ્ત્રના અભ્યાસમાં ઘણી સરળતા રહે.

કાળનો જે નાનામાં નાનો ભાગ છે તેને જૈનદર્શનમાં 'સમય' કહેવામાં આવ્યો છે. આંખના એક પલકારામાં અસંખ્ય સમય ચાલ્યા જાય છે. ટચલી આંગળીના એક વેઢા જેટલા ક્ષેત્રમાં આકાશના અસંખ્ય ભાગો સમાયેલા છે. જેને જૈનદર્શન આકાશપ્રદેશ કહે છે. આ આકાશપ્રદેશો સૂક્ષ્મ સ્વરૂપવાળા છે. પરમાણુવાદ સિવાય ભગવતીસૂત્રનો એક મુખ્ય વિષય કર્મવાદ છે. જૈનદર્શને કર્મવાદને ઘણું જ મહત્ત્વ આપી તેનું સાંગોપાંગ વિજ્ઞાન તૈયાર કર્યું છે. તાત્પર્ય એ છે કે કેટલાક પાપને પુણ્યમાં અને પુણ્યને પાપમાં બદલી શકાય છે. કર્મના રસોમાં મંદભાવ કે તીવ્રભાવનું પરિવર્તન થઈ શકે છે. તેના માટે આત્માના વિશેષ

પુરુષાર્થની અપેક્ષા રહેલી છે. ફક્ત નિકાચિત (ભોગવવું પડે તેવું કર્મફળ) કર્મોને છોડીને બાકીના કર્મોમાં પરિવર્તન સંભિવત છે. સર્વ જીવ સુખને ઇચ્છે છે. દુ:ખમાંથી મુક્ત થવા સર્વ જીવ ઇચ્છે છે. પણ તેનું વાસ્તવિક સ્વરૂપ સમજી નહીં શકવાથી તે દુ:ખ મટતું નથી. તે દુ:ખના અંતનું નામ મોક્ષ છે. વિતરાગ થયા વિના મોક્ષ હોય નહીં. સમ્યક્ જ્ઞાન વિના વિતરાગ શક્ય નથી. વસ્તુની જે સ્વભાવે સ્થિતિ છે તે સ્વભાવે તે વસ્તુની સ્થિતિ સમજવી તેને સમ્યક્જ્ઞાન કહીએ છીએ. સમ્યક્જ્ઞાનથી પ્રતીત થઈને આત્મભાવે વર્તવું તે ચારિત્ર છે. આ ત્રણેની એકતાથી મોક્ષ પ્રાપ્ત થાય છે. જીવ અનંત છે. પરમાણુ અનંત છે. જીવ અને પુદ્ગલનો સંયોગ અનાદિ છે. પુદ્ગલ એટલે પરમાણુઓનો એક પ્રકારનો સમૂહ. જ્યાં સુધી જીવને પુદ્ગલ સંબંધ છે ત્યાં સુધી સકર્મ જીવ કહેવાય છે. ભાવકર્મનો કર્તા પણ જીવ છે. ભાવકર્મનું બીજું નામ વિભાવ છે.

'ભગવતીસૂત્ર સાર-સંગ્રહ' 'શ્રી વિદ્યાવિજયજી સ્મારક ગ્રંથમાળાનો એક મણકો છે. શાસનદીપક, અજોડ વક્તા પૂજ્યપાદ મુનિરાજ પ્રભાવશાળી વ્યક્તિત્વ ધરાવતા હતા. તેમની હાસ્યયુક્ત મુખાકૃતિ, મંદ અને વિનમ્ર ચાલ, શાંત અને ક્યારેક સમાજની વિષમતાઓથી વ્યથિત થઈ પ્રલયંકર તોફાન, પ્રતિવાદી માટે અજેય વ્યક્તિત્વના માલિક હતા. પૂજ્ય ગુરુદેવની આંખોમાં તેજ હતું. તેજમાં સત્ય હતું અને સત્યમાં સરળતા હતી. આગમજ્ઞાનમાં ઊંડા ઊતરેલા હતા. તેમની શાસન અને સમાજની સેવા, અહિંસા અને સત્ય ધર્મનો પ્રચાર સર્વથા અજોડ હતા. પૂ. પન્યાસજી મહારાજ ભગવતીસૂત્રના અધિકારી છે. ઘણા સ્થળોએ ભગવતીસૂત્રનો પ્રસાદ ચતુર્વિધ સંઘને આપ્યો છે. શ્રી વિદ્યાવિજય મ.સા.ના હાથે લખાયેલું ભગવતીસૂત્રનું સારભૂત વિવેચનની નોટો તેમના સ્વર્ગવાસ પછી પણ 16-17 વર્ષ સુધી તેમના શિષ્યરત્ન પુર્ણાનંદવિજયજી પાસે પડી રહી હતી. શ્રી પૂર્ણાનંદવિજયજી મહારાજ સાહેબે તેમના વિવેચન ઉપર બાળ, યુવાન અને વૃદ્ધ સૌ કોઈ સહેલાઈથી સમજી શકે તે દ્રષ્ટિથી વિસ્તૃત નોંધ કરીને આ પુસ્તક છપાવ્યું છે.

આ પુસ્તકમાં મોક્ષત્વનું નિરૂપણ ખૂબ સુંદર રીતે સમજાવવામાં આવ્યું છે. પહેલા શતકમાં 'ચાલતું હોય તે ચાલ્યું કહેવાય?'.... એમ નવ પ્રશ્નો આરંભમાં છે. તેમાં ખુલ્લી રીતે મોક્ષત્વ નથી દેખાતું પણ તેનું ઊંડું રહસ્ય મોક્ષત્વ તરફ લઈ જાય છે. આ નવેય પ્રશ્નનો ઉત્તર ભગવાને હામાં આપેલો છે. એ કહેવાની જરૂર નથી કે ભગવાન મહાવીરનો સિદ્ધાંત-અનેકાંતવાદ પૂર્ણ છે. કોઈપણ એક પદાર્થ અનેક પ્રકારની દૃષ્ટિઓથી ભિન્ન ભિન્ન રૂપે જોઈ શકાય છે અને ત્યારે તે દૃષ્ટિએ તે સત્ય હોય છે. આ નિશ્ચયનયની અપેક્ષાએ કહેવાય છે. વ્યવહારનયની અપેક્ષાએ તો કાર્ય પૂરું થાય ત્યારે જ પૂરું થયું કહેવાય.

ચાર પુરુષાર્થમાં 'મોક્ષ' નામનો પુરુષાર્થ મુખ્ય છે અને મોક્ષના સાધનો સમ્યગ્ દર્શનાદિ છે. કર્મબંધનો ક્ષય થવાથી મોક્ષ થાય છે. કમીના ક્ષય નિમિત્તે 'ચલમાણે ચલિએ' ઈત્યાદિ પદ કહ્યા છે. 'ચલમાણે' અર્થાત ચલત-સ્થિતિના ક્ષયથી ઉદયમાં આવતું અને પરિણામ માટે અભિમુખ થતું તે કર્મ 'ચલિતમ્' એટલે ઉદયમાં આવ્યું એ પ્રમાણે ક્ષય પણ થાય છે. તેથી તે અનુક્રમે ઉદયમાં આવ્યા કરે છે અર્થાત ચાલ્યા કરે છે. મિથ્યાદર્શનના ક્ષયોપશમ તથા ઉપશમન કરવાની શક્તિ જ્યાં સુધી આત્માને પ્રાપ્ત નથી થતી ત્યાં સુધી કોઈપણ જીવાત્માને આત્મદર્શનનો લાભ મળતો નથી. માણસોનું મન જ બંધ અને મોક્ષનું કારણ છે. બાંધેલા કર્મનો ઉદય બે પ્રકારે થાય છે.

(1) અમુક સમય મર્યાદા સુધીના કમી પોતાનો સમય પૂરો થતા પોતાની મેળે ઉદયમાં આવે છે.

(2) વૈરાગ્યપૂર્ણ જીવન જીવનારો અને ઈશ્વરના ધ્યાનમાં રહેનારો ભાગ્યશાળી આત્મા પોતાના શુભધ્યાન દ્વારા અનિકાચિત કમીને ઉદયમાં લાવીને અર્થાત કમીના ફળોને ભોગવ્યા વિના જ કમી ખપાવી શકે છે.

પરવશતાને લઈને ભૂખ-તરસ સહન કરવા પડે તથા બ્રહ્મચર્ય પાળવું

પડે તે કારણથી પણ કર્મો ક્ષય પામતા જાય છે. તેને અકામ નિર્જરા કહે છે. તત્ત્વવિદ્યાના ભંડાર સમા આ ગ્રંથનું વિસ્તૃત વિવરણ આત્મા પર પડેલી વિભાવ પરિણિતિઓની મલિનતાને દૂર કરી આત્માને કેવળજ્ઞાનના સ્વ-સ્વરૂપને પ્રકાશિત કરે છે જે યથાર્થ સત્યનું પૂર્ણપણે જ્ઞાન કરાવી શકે છે.

ટૂંકમાં ભગવતીસૂત્રનો સાર એ છે કે ભગવાને કર્મ અને જ્ઞાનને સરખું મહત્ત્વ આપ્યું છે. જેવી રીતે પક્ષીને ઉડવા માટે બે પાંખની ખૂબ જ અગત્યતા છે તેવી રીતે આત્માને જન્મ-મરણની જંજાળમાંથી મુક્ત થવા માટે સમ્યગ્જ્ઞાન અને સમ્યગ્ ચરિત્રની પાંખો હોવી ખૂબ જ અગત્યની છે. એ હોય ત્યારે જ સમ્યગ્દર્શન પ્રાપ્ત થાય છે. આત્મા જ્યારે જ્ઞાની આચાર્યોના સંપર્કમાં આવે છે અને તેમને સાંભળે છે ત્યારે તેના ફળરૂપે જ્ઞાન પ્રાપ્ત થાય છે. તે જ્ઞાનથી આત્મા આધ્યાત્મિક નજરે સાચા-ખોટાનો ભેદ જોતાં શીખે છે અને સંયમી જીવન વ્યતીત કરી, પોતાના કર્મોનો ક્ષય કરી મોક્ષ પ્રાપ્ત કરી શકે છે.

જ્ઞાન બહારથી લાવવાનું નથી. અંદરથી બહાર કાઢવાનું છે. અંતરના પ્રકાશને પ્રગટ કરવાનું છે. કોઈને કર્મના આવરણ બહુ તીવ્રરસવાળાં હોય તો તે વ્યક્તિ ગમે તેટલું ભણે પણ બોધ થાય નહીં. માટે અહીં ભણતરની કિંમત નથી આંકી પરંતુ જ્ઞાનનો આચાર, સ્વાધ્યાયકાળ, ગુરુવિનય, ગુરુબહુમાન, તપ-ઉપધાન આચરવા પર ભાર મૂક્યો છે. કારણ કે જ્ઞાનાવરણીય કર્મનો ક્ષય થશે અને પછી થોડું ભણશે તો પણ વધુ પ્રકાશ બહાર આવશે. તેવો પ્રકાશ પામવા માટે ગહન જ્ઞાનના દરિયામાં પ્રવેશવાના નાનકડા દ્વાર સમા લેખનું અહીં સમાપન કરું છું. આશા રાખું છું કે આના પ્રભાવથી જ્ઞાનપિપાસુઓને ઊંડાણમાં ઉતરવાની ભાવના જન્મે. શાસ્ત્ર વિરુદ્ધ કંઈપણ લખાઈ ગયું હોય તો અંતઃકરણપૂર્વક ક્ષમા માગું છું.

સંદર્ભ : ભગવતી સૂત્ર-પૂ. લીલમબાઈ સ્વામી તથા પૂ. ડૉ. આરતીબાઈ સ્વામી, મ.સ. ભગવતી સૂત્રસાર : શ્રી વિદ્યાવિજયજી. સંપાદક : પૂર્ણાનંદવિજયજી.

17
આદર્શ પાઠશાળા

જિનશાસનના સર્વ અંગોના વિકાસના મૂળમાં પાઠશાળા એક અગત્યનું અંગ છે. એમાં કરાવવામાં આવતો અભ્યાસ તેમજ શીખવાડવામાં આવતા ધાર્મિક આચાર-વિચાર માનવજીવનના બાગને મહેકાવવામાં ઉત્તમ કામ કરે છે. પુષ્પનું સૌંદર્ય અને સુવાસ આખા બાગને સુવાસમય કરી શકે છે, તેવી રીતે બાળપણમાં સત્સંગરૂપી ધર્મનું બીજ રોપવામાં આવે તો તે જીવનપુષ્પ જ્યારે ખીલે ત્યારે સમગ્ર વાતાવરણને અનંત આત્મસુખની અનુભૂતિ કરાવે છે. પાઠશાળામાં અપાતા શિક્ષણથી બાળકને સદ્બોધ મળે છે. સદ્બોધથી તેનામાં સદ્વિવેકનો વિકાસ થાય છે અને સદ્વિકાસથી સદ્વર્તનનો પ્રાદુર્ભાવ થાય છે અને 'આપ ભલા તો જગ ભલા'ની દૃષ્ટિથી આદર્શ સમાજ રચાય છે.

વર્તમાન સમયમાં પલટાયેલી જીવનપદ્ધતિ તેમજ શિક્ષણપદ્ધતિના લીધે પાઠશાળામાં જઈને ધાર્મિક અભ્યાસ કરવાની આપણી ઉત્તમ પ્રાચીન પ્રણાલીને મોટું નુક્સાન પહોંચ્યું છે. શાળા-કોલેજ અભ્યાસમાં જ મોટા ભાગનો સમય વિતાવતા બાળકો પાઠશાળામાં જઈને ધાર્મિક અભ્યાસ કરવાનો સમય ફાળવી શકતા નથી. પરિણામે જન્મે જૈન હોવા છતાં જૈન અભ્યાસના અભાવે જૈનદર્શનના આત્મહિતકર અમૂલ્ય તત્ત્વજ્ઞાનથી વંચિત રહે છે અને તેનાથી ધાર્મિક આચારોના

મહામૂલ્યવાન વારસાને ગુમાવી બેસે છે અને દુર્ગતિમાં પડે છે. જૈન ધર્મના તાત્ત્વિક અભ્યાસ અને આચારોથી વંચિત રહેનારા બાળકો આવતીકાલે મોટા થઈને સંઘનું સુકાન કેવી રીતે સંભાળશે? તેનો વિચાર કરવો ખૂબ જ જરૂરી છે.

વર્તમાનકાળમાં ચાલતાં સહશિક્ષણ, ટી.વી., સિનેમા, મોબાઇલના વર્ચસ્વમાં આજના બાળકો એટલા તો પ્રભાવિત થઈ ગયા છે કે તેમને આ બધા વગર જરાય ચાલતું નથી. આવા વિષમકાળમાં પણ આપણા ગુરુદેવો બાળકના મનમાં ધાર્મિક સંસ્કાર રેડવાના અથાગ પ્રયત્નો કરી રહ્યા છે અને રાત્રિભોજન, અભક્ષ્ય ભોજન, ટી.વી., સિનેમા, કુસંગ વગેરે દૂષણોથી પાછા વાળી શકવામાં સફળ પણ રહ્યા છે.

શ્રી જિનશાસનની આરાધના માટે તથા ચૈત્યવંદન, ગુરુવંદન, સામાયિક પ્રતિક્રમણ, પૌષધ આદિ અનુષ્ઠાનો કરવા માટે તેમજ તેના સ્વરૂપને સમજવા માટે સૂત્રો એક અનિવાર્ય અંગ છે. એ સૂત્રો જો અશુદ્ધ હોય તો તેના અર્થ પણ યથાર્થ થઈ શકે નહીં, એના કારણે આરાધના, વિધિ અને સ્વરૂપમાં પણ વિકૃતિ આવે છે. સૂત્રોના ઉચ્ચારણની શુદ્ધિના વિષયમાં કરવામાં આવતા પ્રયત્નોને વેગ મળે, સમજ વધે અને જાગૃતિ આવે એવા આશયથી પાઠશાળામાં જવાનું છે. પાઠશાળામાં ભણનાર વિદ્યાર્થીઓ અને ભણાવનાર શિક્ષક શુદ્ધ ઉચ્ચારણપૂર્વક પ્રતિક્રમણ, ચૈત્યવંદન, સ્તુતિઓ, ગાથાઓ કરવાનો અને કરાવવાનો આગ્રહ રાખે તે જાગૃતિ ખાસ લાવવાની છે.

આપણી માતૃભાષા આપણને જન્મથી જ આત્મસાત્ થયેલી હોય છે. એટલે એ શીખવા બાળકને બહુ મહેનતની જરૂર નથી. પણ આપણા પંચ પ્રતિક્રમણના મોટાભાગના સૂત્રો પ્રાકૃત ભાષામાં છે. બહુ થોડા સૂત્રો સંસ્કૃત ભાષામાં છે. એના જોડાક્ષરોનું ઉચ્ચાર કરવાનું કામ ક્યારેક પંડિતો માટે પણ કઠણ થઈ પડતું હોય છે. માટે 'પાયચ્છિત્ત', 'કાઉસ્સગં', 'પચ્ચખામિ', જવણિજ્જં ચ ભે', 'સમ્મદિટ્ઠિ' જેવા શબ્દોની એક યાદી બનાવી સૂત્રો કંઠસ્ય કરાવવાની સાથે બાળકો પાસે તે યાદીવાળા શબ્દો પણ શુદ્ધ ઉચ્ચારણપૂર્વક અલગ ગોખાવવા જોઈએ.

ઉચ્ચારણ શુદ્ધિની અવગણના ના કરીએ. અશુદ્ધ ઉચ્ચારણ પ્રત્યે મનમાં ખટકો રાખીએ. ઉતાવળથી ગોખવામાં પાર વગરની અશુદ્ધિઓ આવે છે. તે આપણી બેદરકારી છે. એ બેદરકારીને ટાળવાનો સંકલ્પ કરીએ. શાંતિથી એક દિવસમાં અમુક જ ગાથા ગોખવાથી અશુદ્ધિ આવતી નથી. ઉંમર વધે છતાં પણ ભૂલાતું નથી. આપણે ભલે દરરોજ પ્રતિક્રમણ ના કરીએ પણ જ્યારે જ્ઞાનપંચમી – મૌન એકાદશી – સંવત્સરી જેવા મોટા પર્વના દિવસોમાં પ્રતિક્રમણ કરીએ ત્યારે શુદ્ધ ઉચ્ચાર અને મધુરપણે બોલીએ તો બધા જ શાંતિથી સાંભળે અને મનમાં સારો ભાવ પણ જાગે. માટે ઉચ્ચારશુદ્ધિ પરત્વે ખાસ ધ્યાન રાખવાનું છે.

બાળકોને શિક્ષણ અને સંસ્કાર આપવાની જવાબદારી વાલીઓની છે. છતાં પણ મોટાભાગના વાલીઓ પોતાના બાળકોને પાઠશાળામાં નિયમિત ભણવા મોકલવા પૂરતો પણ સહયોગ આપતા નથી. સંઘ યથાશક્તિ પ્રયત્નો કરે છે. પણ સંઘનું આયોજન એકબીજાના સહકાર વગર વ્યવસ્થિત ચાલી શકતું નથી. પાઠશાળાનું સંચાલન આર્થિક સહયોગ વગર શક્ય નથી. એટલે સંઘના શ્રીમંત મોવડીઓએ આર્થિક સહાય કરવામાં પોતાનું પરમ કર્તવ્ય સમજવું જોઈએ. બાળકોનો ઉત્સાહ જળવાઈ રહે તે માટે નાની નાની ભેટ દા.ત. પુસ્તિકા, પેન્સિલ, નોટ વગેરે પ્રભાવના રૂપે આપવાથી ઘણો લાભ થાય છે. આપણી પાઠશાળા કેવી હોવી જોઈએ ? તો જેમ મોટરને ચાર પૈડા છે અને તે ચારેય પૈડાનું મહત્ત્વ સરખું છે તેવી રીતે પાઠશાળાના પણ ચાર મહત્ત્વના અંગ છે, જેના દ્વારા ધ્યેય સિદ્ધ થાય છે :

1. બાળકો
2. બાળકોના મા-બાપ
3. વિદ્યાગુરુઓ (જ્ઞાનદાતા)
4. પાઠશાળાના કાર્યવાહકો

પાઠશાળાના સંચાલનમાં આ ચારેય અંગનું સરખું મહત્ત્વ છે. આ ચારેય અંગોની ફરજ આ પ્રમાણે છે.

બાળકોએ વિચારવું જોઈએ કે આપણને માનવભવ મળ્યો છે - જિનશાસન મળ્યું છે – સાચા દેવ-ગુરુ અને ધર્મ મળ્યા છે તે બધું જ મારા આત્મકલ્યાણ માટે મળ્યું છે, માટે મારા આત્માના કલ્યાણ માટે ધર્મનું આચરણ કરવું જોઈએ. જેમ શાળાનું ઘરકામ કરવા માટે સમય કાઢું છું તેવી રીતે થોડો સમય પણ કાઢી દેવદર્શન, સ્વાધ્યાય વગેરે કરવા જોઈએ.

જે મા-બાપ સદ્‌ગુરુને માન આપનારા છે - જિનેશ્વર ભગવાને ચીંધેલા માર્ગને અનુસરે છે તેઓ આદર્શ મા-બાપ છે. બાળકને ધર્મના સંસ્કાર આપવા માટે સક્ષમ છે. શુભ પ્રસંગે પણ ધર્મને ભૂલતા નથી. વિદ્યાગુરુઓને ભૂલતા નથી, અને પ્રસંગોપાત પાઠશાળાઓમાં દાન આપે છે. તે મા-બાપ ધનના વારસા સાથે ધર્મનો અમૂલ્ય વારસો પણ બાળકોને આપતા જાય છે.

વિદ્યાગુરુ, જ્ઞાનદાતાની ફરજ પણ વિદ્યાર્થીઓ પ્રત્યે પ્રેમભાવ રાખવાની છે. તેઓ પોતે પણ શ્રેષ્ઠ આચરણવાળા હોવા જોઈએ અને બાળકોને રસ પડે તેવી દૃષ્ટાંત કથાઓ દ્વારા દર્શન અને જ્ઞાન—ચારિત્રનું એવું શિક્ષણ આપે કે બાળકમાં ધર્મના સંસ્કાર-બીજ ઊંડા રોપાઈ જાય. તેમને તેમના કામનું યોગ્ય વળતર મળવું જોઈએ. તે જોવાનું કામ પાઠશાળાના કાર્યવાહકોનું છે.

પાઠશાળાના કાર્યવાહકોનું જીવન પણ હેય-ઉપાદેયના વિવેકવાળું, ધર્મપરાયણ, સાદું, સંતોષી અને સદાચારી હોવું જોઈએ. પાઠશાળાની મુલાકાત લેનાર કાર્યવાહકે બાળકોમાં પ્રોત્સાહન વધે, જાગૃતિ વધે એવી રીતે કદર કરીને બક્ષિસ આપવી જોઈએ. શિક્ષકોની પણ કદર કરવી જોઈએ.

ગમે તેવો રોગી માણસ શક્ય હોય ત્યાં સુધી શુદ્ધ દવા અને વિશુદ્ધ હવાની મદદથી પોતાના દુર્બળ દેહને તંદુરસ્ત કરવાનો પ્રયત્ન કરે છે તેવી રીતે વિવેકી અને ધર્મપ્રેમી પુણ્યાત્માઓએ પણ જાતજાતની

આકર્ષક યોજનાઓ રજૂ કરીને બાળકો અને માબાપોનું સમ્યક્જ્ઞાન પ્રત્યે આકર્ષણ વધારી પાઠશાળાની હાલત સુધારવાનો પ્રયત્ન કરવો જોઈએ.

પાઠશાળા સંબંધી થોડો વિવેક જાળવવો પણ ખૂબ જ અગત્યનું છે. પાઠશાળામાં ક્યારે પણ સ્નાન કર્યા વગર, મેલા અથવા મર્યાદા રહિત વસ્ત્રો પહેરીને જવાય નહીં. હાથપગ ધોઈ, શુદ્ધ વસ્ત્રો પહેરી, વાળ વ્યવસ્થિતપણે ઓળીને જ પાઠશાળાએ જવું. મોડા ક્યારેય ના જવું. હંમેશાં સમયસર જવું અને વર્ગ પૂરો થાય ત્યારે શિક્ષકને પ્રણામ કરીને જ બહાર નીકળવું. વર્ગમાં વાતો કરવી નહીં, તેમ જ ખાવું કે પીવું નહીં. ધ્યાન રાખીને ભણવું. શિક્ષક સામે બોલવું નહીં. એકબીજાને 'તમે' કહીને આદરથી બોલાવવા, જેથી પરસ્પર પ્રેમભાવ રહેશે. શક્ય હોય ત્યાં સુધી પાઠશાળાનો સમય દિવસ દરમિયાન રાખવો. સૂર્યાસ્ત પછીનો હોય તો ખાદ્ય પદાર્થની પ્રભાવના કરવી નહીં. બાળકને લાલચ થાય એવું કરવું નહીં.

ધર્મનો આધાર જ્ઞાન છે. માટે ધર્મજ્ઞાનને વધુમાં વધુ મહત્ત્વ આપીએ અને શ્રીમંતોને પ્રેરણા આપીએ કે તેમની સંપત્તિનો ઉપયોગ ધર્મજ્ઞાનના પ્રચારમાં, સ્વાધ્યાયપીઠ જેવી સંસ્થાઓમાં અને પાઠશાળાઓમાં કરે. પાઠશાળાઓ જિનશાસનને જયવંતુ બનાવે છે. આજના વિષમકાળમાં તેની ખૂબ જરૂર છે. જૈનોને પોતાના ધર્મસિદ્ધાંતોની જાણકારી મળે–ગતિશીલ જીવન સાથે તાણમુક્ત લોકો જૈન ધર્મને અનુસરીને શાંતિમય સહઅસ્તિત્વ, ચિંતામુક્ત જીવન અને સર્વાંગ વિકાસનો રાહ ચીંધે. અહિંસા, અપરિગ્રહ અને અનેકાંતના સિદ્ધાંતોને સાચા અર્થમાં અપનાવે અને સમગ્ર સમાજનું કલ્યાણ થાય એમાં કોઈ શંકાને સ્થાન નથી.

પાઠશાળામાં ભણવા આવતા બાળકો સારી રીતે ભણીગણીને તૈયાર થાય, જિનશાસનનું ઊંડું તત્ત્વજ્ઞાન મેળવે, તેના દ્વારા સ્વ-પર કલ્યાણ કરે અને જિનશાસનને દીપાવે એ જ અભ્યર્થના !

18
સમ્રાટ વિક્રમાદિત્ય

ભગવાન શ્રી મહાવીર સ્વામીના નિર્વાણ બાદ 470 વર્ષે વિક્રમનો સંવત ચાલુ થયો છે. આ બીના પ્રમાણિક જૈન ગ્રંથોના પરીશીલન અને અભ્યાસથી સારી રીતે જાણી શકાય છે. જૈન સાહિત્યમાં વિક્રમ સંબંધી પુષ્કળ ઉલ્લેખો મળી આવે છે. વિક્રમનું જીવંત સ્મારક ઉજ્જૈનની વેધશાળા છે. જે ભૂગોળ તેમજ જ્યોતિષશાસ્ત્રના અભ્યાસી તેમ જ વિદ્ધાનો માટે અતિ ઉપયોગી છે. અત્યારે વિક્રમ સંવત 2074 ચાલે છે. પ્રાચીન નગરી અવંતિ પ્રથમ તીર્થંકર શ્રી ઋષભદેવના પુત્ર અવંતિકુમારના નામથી પ્રસિદ્ધ પામી છે. અનુક્રમે શ્રી મહાવીર સ્વામીના સમયે ત્યાં ચંદ્ર પ્રદ્યોત રાજાનું શાસન ચાલતું હતું. ત્યારબાદ અનુક્રમે નવ નંદો, ચંદ્રગુપ્ત, અશોક તથા જૈન ધર્મનો પરમ આરાધક મહારાજા સંપ્રતિ વિગેરે રાજાઓ થયા. ક્રમે કરીને ત્યાં ગાંધર્વસેન રાજા થયો. તેને બે પુત્રો હતા. મોટો ભર્તૃહરિ અને નાનો વિક્રમાદિત્ય. એક દિવસ અચાનક જ શૂલ રોગથી રાજાનું મરણ થયું. સર્વેને અત્યંત ખેદ થયો. આ ખેદ નિવારણ મંત્રીઓએ ઉત્સવપૂર્વ મોટાપુત્ર ભર્તૃહરીનો રાજ્યાભિષેક કર્યો. વિક્રમાદિત્યને યુવરાજ પદે સ્થાપ્યો. એકવાર રાજા ભર્તૃહરીની પટરાણી અનંગસેનાની ખટપટથી વિક્રમાદિત્યની માનહાની થઈ. યુવરાજને ઘણું માઠું લાગ્યું અને આવું તો હવે વારંવાર થયા કરશે તેમ વિચારી ફક્ત એમની તલવાર લઈને અવધૂતના વેશમાં અવંતિથી ચાલી નીકળ્યા. એમના ચાલી ગયા પછી રાજ્યમાં

એક કરુણ પ્રસંગ બન્યો. એક જ્ઞાની બ્રાહ્મણે રાજાને દીર્ધાયું બક્ષે એવું દિવ્ય ફળ આપ્યું. રાજા એમની રાણીને ખૂબ પ્રેમ કરતા હતા. એમણે એ ફળ રાણીને આપ્યું. રાણી મહાવતના પ્રેમમાં હતી એટલે એણે મહાવતને આપ્યું. મહાવત વળી વેશ્યાને પ્રેમ કરતો હતો એટલે એણે વેશ્યાને આપ્યું. વેશ્યા વિચારે છે દીર્ધાયુ તો રાજાનું હોવું જોઈએ જેથી નગરજનોનું પણ ભલું થાય. મારે વળી વધારે જીવીને શું કામ? એટલે એણે રાજાને આપ્યું. રાજા રાણીને આપેલું ફળ વેશ્યા પાસે જોઈએ આશ્ચર્યચકિત થઈ ગયો. જ્યારે એણે સમગ્ર ઘટનાનું સત્ય જાણ્યુ ત્યારે તેને રાજા ભર્તૃહરીને સંસાર પ્રત્યે તીવ્ર વૈરાગ્ય જાગ્યો. અમાત્યો તથા પૌરજનોએ ઘણું વીનવ્યાં છતાંય રાજા ભર્તૃહરી રાજવૈભવનો ત્યાગ કરી અરણ્યમાં તપ કરવા ચાલ્યા ગયા.

હવે થયું એવું કે પ્રધાનમંડળ અને પ્રજાજનો મળીને કોને ગાદીએ બેસાડવો એવી વિચારણા કરતા હતા ત્યાં અગ્નિવેતાળ નામનો દૈત્ય મહેલમાં ઘુસી ગયો અને ત્રાસ ફેલાવવા માંડ્યો. એ લોકો જેને પણ રાજા તરીકે પસંદ કરીને મહેલમાં લાવે તે રાત્રે આ આ દૈત્ય તેની હત્યા કરી નાખે.

બીજી બાજુ વિક્રમાદિત્યએ અવધૂતના વેશમાં થોડો સમય તો ગામ, પરગામ, અને ભયંકર અરણ્યોમા ફરતાં ફરતાં પસાર કયી. એક દિવસ એક ગામમાં પ્રવેશતા જ ભટ્ટામાત્ર નામના બુદ્ધિશાળી માણસ સાથે ભેટો થઈ ગયો. એ બંનેની નજર એક થઈ અને સ્વાભાવિક રીતે જ એકબીજા સામે હસ્યા. ભટ્ટામાત્રને તરત ખ્યાલ આવી ગયો કે આ કોઈ અવધૂત નથી પણ રાજકુમાર લાગે છે. એનાથી મને ભવિષ્યમાં અવશ્ય લાભ થશે. એમ વિચારીને એ પણ અવધૂતને લઈને પોતાના નિવાસસ્થાને ગયો. યોગ્ય આદર-સત્કાર કરીને રાતવાસો પણ એના નિવાસસ્થાને જ કયી. પ્રાતઃકાળે અવધૂત સાથે મુસાફરીમાં એ પણ જોડાયો તેમણે સાથે સાથે ઘણું પૃથ્વી ભ્રમણ કર્યું. ફરતા ફરતા નવિન કૌતુકો જોતા જોતા એક દિવસ તાપીના કિનારે આવ્યા. રાત્રીના સમયે શીયાળ બોલતું હતું. સાંભળીને ભટ્ટામાત્રે અવધૂતને કહ્યું, હે મિત્ર ! એક મહિનામાં તને અવંતિનું રાજ્ય મળશે. અવધૂત વિચારે છે, 'આ

કેવી રીતે શક્ય બને?' ભટ્ટમાત્ર કહે છે તું અવંતિ જા તો ખરો. જો રાજા બને તો મિત્રને ભૂલતો નહીં. રાત્રી ત્યાં પસાર કરી પ્રાતઃ કાળે ભટ્ટમિત્ર પોતાના વતન તરફ અને અવધૂત અવંતિ તરફ ચાલી નીકળ્યા. અવધૂત ચાલતા ચાલતા અવંતિ આવી પહોંચ્યા. મંત્રીશ્વરને મળ્યા. મંત્રીશ્વરે અધમ અસૂરના ઉપદ્રવની શાંતિનો ઉપાય મેળવવા આદિથી અંત સુધીની સર્વ હકીકત કહી અને ઉમેર્યું, 'તમારા તંત્ર-મંત્રથી અવંતીને અગ્નિવેતાળના ત્રાસમાંથી મુક્ત કરો.' અવધૂતને ભટ્ટમાત્રના શબ્દો યાદ આવ્યા અને અવધૂતે મનમાં કંઈક વિચારીને જવાબ આપ્યો. 'હે મંત્રીશ્વરા જો આ રાજ્ય મને આપો તો હું દુષ્ટ અગ્નિવેતાળને શામ, દામ, દંડ, ભેદમાંથી કોઈ એક પ્રકારે એને વશ કરીને ન્યાય નીતિપૂર્વક પ્રજાનું રક્ષણ કરું.

મંત્રીશ્વરને થોડી હાશ થઈ. અવંતિના અધિકારીઓને નિમંત્રીને રાજમહેલ શણગારવાની સૂચના આપી. પ્રજા પણ અત્યંત આનંદમાં આવી ગઈ. ચો તરફ હર્ષોલ્લાસના વાતાવરણમાં અવધૂત રાજવીની સવારી ક્ષીપ્રાનદીથી નીકળીને. નગરજનોના ભાવભીના નમસ્કારને ઝીલતા અને ગરીબોને દાન આપતા રાજમહેલ પાસે આવી પહોંચી. શુભમહુર્તે વિધિ અનુષ્ઠાનપૂર્વક અવધૂતને રાજ્ય સિંહાસને બેસાડી અવંતીપતિ જાહેર કરાયો.

રાત્રે અવધૂત રાજવીના કહેવા પ્રમાણે મીઠાઈઓના થાળ તેમ જ કેસરયુક્ત દૂધના કટોરા ગોઠવી દેવામાં આવ્યા. રાત્રે અવધૂત જાગૃત અવસ્થામાં સાવધાનપણે પોતાના પલંગમાં સૂઈ ગયા. મધ્યરાત્રીએ ભયંકર ગર્જના કરીને લોકોને રંજાડતો અગ્નિવેતાળ મહેલમાં પ્રવેશીને પ્રવેશ્યો નૂતન રાજવીને મારવા સીધો શયનગૃહમાં ત્યાં તેણે ખાદ્યસામગ્રી ગોઠવેલી જોઈ. અગ્નિવેતાળે શાંતિથી તેનો ઉપયોગ કરી પોતાની ભૂખ ભાંગી. પછી વિક્રમે ગર્જના કરી, 'તું કોણ છે?' વેતાળે (અસૂર) કહ્યુ, હું અગ્નિવેતાળ નામનો દેવ, દેવોના રાજા ઈન્દ્રનો પ્રતિહારી છું. ભોજનના અભવે હું રોજ એક માનવીને મારતો હતો. તારા જેવા બુદ્ધિશાળીએ મારી ભૂખ સમજી છે એટલે તને મારો મિત્ર બનાવું છું. દરરોજ ભોજન તૈયાર રાખજે. બે-ત્રણ દિવસ ચાલ્યુ અને

એક દિવસ ભોજન તૈયાર રાખ્યા વગર જ રાજવી સૂઈ ગયા. વેતાળ આવ્યો અને ખાવાનું જોયું નહીં એટલે ગુસ્સે થયો. બંને વચ્ચે તુમુલ યુદ્ધ થયું. અખૂટ ધીરજ અને ભાગ્યબળે વિક્રમે વેતાળને પરાસ્ત કર્યો. વેતાળે વિક્રમને સદૈવ સહાય કરવાનું વચન આપ્યું. મંત્રીશ્વરો તથા પ્રજાજનો અલૌકિક વીરતા જોઈ પ્રસન્ન થયા.

એક દિવસ રાજા અવધૂતના પોશાકમાં રાજ્યસભામાં બેઠા હતા ત્યારે પ્રજાએ રાજાનો અવધૂતનો વેશ ત્યાગીને રાજાને શોભે તેવા વસ્ત્રાલંકાર ધારણ કરવા વિનંતી કરી. એટલામાં જ મિત્ર ભટ્ટમિત્રએ પ્રવેશ કર્યો અને કહ્યું, 'હે મહારાજા વિક્રમાદિત્ય ! તમારા ગુણોને સંભાળતો આજે હું આપને મળવા આવ્યો છું. વિક્રમાદિત્ય નામ સાંભળીને મંત્રીશ્વરો તથા પ્રજાજનો અત્યંત ખુશ થયા. ભટ્ટમિત્રએ રાજાએ અવંતી છોડ્યા પછી પછ ફર્યા ત્યાં સુધીનો ઈતિહાસ કહી સંભળાવ્યો. વિક્રમાદિત્યએ ભટ્ટમિત્રને મહાઅમાત્ય પદે સ્થાપીને વિજયી સમ્રાટ તરીકેનું જીવન શરૂ કર્યું. પ્રજાનું ન્યાયપૂર્વક પાલન કર્યું. દુર્જનોને શિક્ષા કરી, સજ્જનોનું રક્ષણ કર્યું. આ પરોપકારી સજાએ પ્રજા ઉપયોગી કાર્યો કરીને એમની કીર્તિની સુગંધ દસે દિશાઓમાં ફેલાવી.

એક દિવસ તે સમયના પ્રખર વિદ્વાન શ્રી વૃદ્ધવાદિસૂરિશ્વરજી મહારાજ સાહેબના વિદ્વાન શિષ્યરત્ન 'સર્વજ્ઞપુત્ર' બિરુદધારક શ્રી સિદ્ધસેન દિવાકરસૂરિનું જૈન શાસનની પ્રવર્તના કરતા અને ભવ્ય જીવોને બોધ આપી ઉપકાર કરતા તેઓ શ્રી ગ્રામાનુગામ વિચરતા અનુક્રમે ઉજ્જૈની-અવંતિ પ્રદેશના બહારના ઉદ્યાનમાં પધાર્યા. અવંતીપતિ મહારાજા વિક્રમાદિત્ય ક્રીડા અર્થે બહાર નીકળ્યા હતા ત્યારે આચાર્ય સિદ્ધસેન દિવાકર સૂરિશ્વરનું સાથે મેળાપ થયો. સૂરિશ્વરજીના અલૌકિક જ્ઞાનથી મહારાજા પ્રભાવિત થયા અને વંદન કરીને ક્રોડ સોનામહોરો આપવાનો હુકમ કર્યો. કંચન અને કામીનીના ત્યાગી ગુરુદેવે સોનામહોરો લીધી નહિં. રાજાએ પણ તેને પાછી ના લેતા ગુરુદેવની આજ્ઞાનુસાર તે સર્વ સોનામહોરો જીણોદ્ધારના કાર્યમાં વાપરી દીધી. ત્યાર બાદ પૂજ્યપાદ ગુરુદેવ અન્ય સ્થળે વિહાર કરી ગયા. તેઓ અનુક્રમ વિચરતા વિચરતા ઓંકારપુર નગરમાં પધાર્યા. પૂ.ગુરુદેવના

મુખેથી જિનેશ્વર ભગવાનના કહેલા તત્વો સાંભળીને અનેક શ્રાવકો શુદ્ધ ધર્મના અનુરાગી થયા. એકવાર ઓંકારપુરના મુખ્ય શ્રાવકો ભેગા મળીને ગુરુદેવને વિનંતી કરી. 'અહીં મિથ્યાત્વીઓનું બહુ જોર હોવાથી ગામને યોગ્ય મોટું સુંદર દેરાસર બાંધવા દેતા નથી. માટે હે ગુરુદેવ મહારાજા વિક્રમાદિત્યને પ્રસન્ન કરીને અમારું દેરાસર બંધાવી આપો તો જૈન શાસનની પ્રભાવના થાય.' ગુરુદેવે અવંતી તરફ વિહાર કર્યો ને અવંતિ આવીને રાજાને પ્રતિબોધ કર્યો. સૂરિશ્વરજીની ઉત્તમ ત્યાગભાવના અને નિર્લેપતાથી પ્રભાવિત થઈને તેમની આજ્ઞા પ્રમાણે ઓંકારપુરમા એક ભવ્ય મનોહર દેરાસર રાજા વિક્રમાદિત્યએ બંધાવી આપ્યું. આમ થોડો સમય પસાર થઈ ગયો. એક સમયે શ્રી સિદ્ધસેન દિવાકર સૂરિશ્વરજીને પોતાની વિદ્વતા માટે ગર્વ થયો. એમણે ગુરુમહારાજ વૃદ્ધવાદિસૂરિશ્વરજીને પૂછ્યું કે આ નમુત્થુણં વગેરે વંદનાદિક સૂત્રોને સુંદર સંસ્કૃત ભાષામાં બનાવીએ તો કેમ? સાંભળીને ગુરુમહારાજે કહ્યું શ્રી તીર્થંકરો તથા ગણધર ભગવંતોએ જે કર્યું છે તે ઉચિત છે. આવો વિચાર કરવાથી તમે તીર્થંકરો અને આગમોની આશાતના કરી પાપ ઉપાર્જન કર્યું છે. સૂરિશ્વરજીને પશ્ચાતાપ થયો તેમણે ગુરુદેવ પાસે આલોચના માગી. ગુરુમહારાજના હીતદાયક શબ્દો સાંભળી સૂરિશ્વરજી બોલ્યા, 'મેં અજ્ઞાનપણે જ આવો મુર્ખતાભર્યો વિચાર કર્યો છે તો આ ઘોર પાપમાંથી છૂટવા મને યોગ્ય પ્રાયશ્ચિત આપો. શિષ્યની આવી નમ્રતાપૂર્વકની પ્રાર્થના સાંભળીને ગુરુએ કહ્યું, 'જો તુ બાર વર્ષ ગુપ્ત-અવધૂત વેશે રહીને, બાર વર્ષના અંતે એક પ્રૌઢ પ્રતાપી રાજાને પ્રતિબોધીને જૈનધમી કરીશ તો આ પાપમાંથી તારો છૂટકારો થશે. આ સાંભળીને સાધુવેશ ગોપવી અવધૂતના વેશમાં ધમીપદેશ આપતા પૃથ્વી પર ભ્રમણ કરવા લાગ્યા. જોતજોતામાં બાર વર્ષ વિતાવી અનુક્રમે કુસંગતિથી મિથ્યાત્વને પામેલા મહારાજા વિક્રમાદિત્યને પ્રતિબોધવા વિહાર કરી અવંતીમાં આવ્યા અને મહાકાલ-મહાદેવના મંદિરમાં જઈને શંકરના લિંગની સામે પગ કરીને સુતા. જ્યારે પૂજારી પૂજા કરવા આવ્યો ત્યારે આ રીતે સૂતેલા અવધૂતને જોઈને બુમો પાડવા માંડ્યો કે મહાદેવની ઘોર અશાતના કોણ કરી રહ્યું છે? અવધૂતે બુમો સાંભળી નહીં એટલે બહાવરો બનીને મહેલમાં દોડ્યો. મહારાજા પણ નવાઈ પામી ગયા અને રાજસેવકોને

મંદિરમાં મોકલ્યા. તેમણે રાજસેવકોને આજ્ઞા કરી કે એને મારીને પણ મહાદેવની આશાતના કરતા રોકો. રાજસેવકો ચાબુકો લઈને મારવા માંડ્યા ત્યારે આશ્ચર્યજનક ઘટના બની. તેમની ચાબુકનો માર અંતઃપુરની રાણીઓને પડવા માંડ્યો.

એ રાજા પાસે દોડ્યો. રાજાએ જાતે મંદિર આવીને શાંતિથી અવધુતને કહ્યુ, 'આપ જેવાઓ એ તો કલ્યાણકારક સ્તૃતિ કરવી જોઈએ પરંતુ આપ તો અવજ્ઞા અને આશાતના કરો છે. અધવૂતને કહ્યું, 'રાજન, મારી કરેલી સ્તુતિ મહાદેવ સહન નહીં કરી શકે. રાજાએ સ્તુતિ કરવા માટે હઠાગ્રહ કર્યો. અવધૂત ઉભા થયા. મન પવિત્ર કરી બે હાથ જોડી ભગવાન તરફ દૃષ્ટિ સ્થિર કરી સ્તૃતિ બોલવી શરૂ કરી. જેમ જેમ ગાથાઓ અવધૂતના મુખમાંથી નીકળતી ગઈ તેમ તેમ ધુમાડા નીકળવા માંડ્યા, શિવલિંગ કંપવા માંડ્યું અને ધડાકા સાથે શિવલિંગના બે કટકા થઈ ગયા અને ભોંયમાંથી ફણા સહિત પાર્શ્વનાથની અદ્ભૂત પ્રતિમા ધરણેન્દ્રની સહાયથી ત્યાં પ્રગટ થઈ. ધરણેન્દ્ર - પદમાવતીથી સેવાતા આ અદ્ભૂત ભગવાનને જોઈને રાજા સહિત બધા જ શાંતરસમાં ગરકાવ થઈ ગયા. ભગવાનના પ્રાગટ્ય પછી અવધૂતે તેમની સ્તુતિ પુરી કરવા કલ્યાણમંદિરની અડતાલીસ ગાથાઓ બનાવી સ્તુતિ પૂર્ણ કરી.

અવધૂત પોતાની ઓળખાણ આપીને રાજાને પહેલા થયેલી બે મુલાકાતો યાદ કરાવી. બાર વર્ષ પહેલા બંધાવેલા ઓંકારપુરના દેરાસર સંબંધી વાત સાંભળતા રાજાને બધું યાદ આવી ગયું. અવધૂતને અવંતી પાર્શ્વનાથનો ઈતિહાસ કહ્યો કે અવંતીરાજાના પુત્ર મહાકાલે જ્યાં અવંતીનરેશ દીક્ષાગ્રહણ કરીને કાઉસગ્ગ મુદ્રામાં ઊભા હતા ત્યાં મહાકાલ મંદિર બનાવી અવંતી પાર્શ્વનાથની સ્થાપના કરી હતી. કાળક્રમે બ્રાહ્મણોએ મંદિરનો કબજો લઈ લીધો અને ભગવાનને ભોંયમાં ભંડારી શિવલિંગ સ્થાપી મહાકાલેશ્વર મંદિર બનાવી દીધું. આ રીતે મહારાજ સાહેબે વિક્રમાદિત્યને ધર્મોપદેશર આપી, મિથ્યાત્વીના ધર્મથી પાછા વાળી, દેવ-ગુરુ અને ધર્મરૂપ તત્વત્રયનું સ્વરૂપ સમજાવી, સમ્યક્ત સમક્તિ યુક્ત બાર વ્રતો ઉચ્ચરાવી પરમ શ્રાવક

બનાવ્યો. રાજાએ ત્યારબાદ મહાકાલ મંદિરનો જીણૌદ્ધાર કર્યો. ફરીથી અવંતિ પાર્શ્વનાથની પ્રતિષ્ઠા કરી. જિનાલયના નિભાવ માટે મહારાજા વિક્રમાદિત્યએ 1000 ગામ સંઘને સોંપ્યા. ગુરુદેવના ધર્મોપદેશથી રંગાઈને મહારાજા વિક્રમાદિત્યએ ખૂબ ધૂમધામ અને આડંબર સહિત તીર્થધિરાજ શ્રી સિદ્ધાચલનો સંઘ કાઢ્યો હતો. પછીનું જીવન રાજાએ ગુરુદેવની નિશ્રામાં ધર્મકથાઓ સાંભળીને પૂર્ણ કર્યું હતું.

સંદર્ભ ગ્રંથ:

1. સમ્રાટ વિક્રમાદિત્ય. પરમપૂજ્ય સાહિત્યચાર્ય મુનિ શ્રી નિરંજનવિજયજી મ.સા.
2. સમ્રાટ વિક્રમાદિત્ય યા ને અવંતિનો સુવર્ણયુગ. શ્રી મંગળદાસ ત્રિકમદાસ ઝવેરી થાણા
3. વિક્રમ ચરિત્ર (યા ને કૌટિલ્ય વિજયા. મણીલાલ ન્યાલચંદ શાહ.
4. તેજ તિમિરના તીખા તણખા (પરદુઃખભંજન વિક્રમાદિત્ય). પન્યાસ પ્રવર શ્રી ઉદયકીર્તિસાગરજી મ.સા.

19
તપશ્ચર્યાનું ફળ

પર્યુષણ હમણાં જ ગયા. કુટુંબમાં અઠ્ઠાઈ તપની આરાધના હતી. હું શાતા પૂછવા ગઈ. યુવાન વયની વહુએ કરી હતી એટલે સ્વાભાવિક રીતે જ મિત્ર વર્તુળ મોટું હોય અને ઘણા શાતા પૂછવા આવતા હશે. એમાંથી કોઈએ પૂછ્યું હશે કે અઠ્ઠાઈ કેમ કરવાની હોય છે? એણે મને પૂછ્યું,"કાકી આપણે અઠ્ઠાઈ કેમ કરીએ છીએ?" મને તો સવાલ એવો સરળ લાગ્યો કે જાણે એક વત્તા એક બરાબર બે. પણ ઊંડાણમાં ઉતરવાની મને ટેવ ખરી એટલે મેં કહ્યું કે "તને કાગળ પર લખીને આપીશ." મનમાં થયું કે પારણાના દિવસે જ કવરમાં મુકીને આપી દેવાશે. પણ ઘેર આવી અને પુસ્તકો ફેરવવા બેઠી ત્યારે જ ખ્યાલ આવ્યો કે કોઈ પણ સવાલનો જવાબ એટલો સરળ નથી હોતો. મેં ઘરમાં જેટલા પુસ્તકો હતાં અને બીજા ઓળખીતાઓ ના ઘેરથી મંગાવ્યા. ત્રીસથી વધારે પુસ્તકો ફેરવ્યા અને પંદરથી વધારે ફોન કર્યા હશે. મજા ખૂબ આવી અને એક નિષ્કર્ષ ઉપર આવી જે મને શેર કરવાનું મન થાય છે.

જૈનધર્મમાં કર્મોને ખપાવવા માટે તપશ્ચર્યા ને ઉત્કૃષ્ટ સાધના માની છે. આઠ પ્રકારના કર્મોમાંથી મુક્ત થઈને આત્મા મોક્ષે જાય છે. તપના પ્રભાવથી કર્મોની નિર્જરા (નાશ) થાય છે. ઉત્તરાધ્યયન સૂત્રના ત્રીસમાં અધ્યયનમાં તથા શ્રી ઉવવાઈ સૂત્રમાં શ્રાવક માટે છ પ્રકારના

બાહ્ય અને છ પ્રકારના અભ્યંતર (આંતરીક) કર્તવ્યો બતાવવામાં આવ્યા છે. બાહ્ય તપમાં તપશ્ચર્યા મુખ્ય છે. ઇન્દ્રીયશુધ્ધિ અને મનશુધ્ધિ માટે તપ શ્રેષ્ઠ અનુષ્ઠાન ગણાયું છે. તપશ્ચર્યા એટલે લાંઘણ નહીં પણ મન અને ઇન્દ્રીયનું શુધધિકરણ. એટલે જ યથાશક્તિ તપ કરવાનો મહિમા કરાયો છે. એટલું જ નહીં પણ અનુમોદના કરનારને પણ લાભ મળે છે એમ કહું છે. આપણા જાણીતા તપ ગણીએ તો અનશન, તિવિહાર ઉપવાસ, ચૌવિહાર ઉપવાસ, છઠ, અઠ્ઠમ, અઠ્ઠાઈ, ઓળી, 16 ઉપવાસ, સિધ્ધિતપ, ક્ષીરસાગર, માસક્ષમણ, વર્ષીતપ, ઉણોદરી તપ વગેરે ગણી શકાય. કોઈ માને નહીં પણ તપની એક ચોપડી આવી હતી એમાં 239 પ્રકારના તપનો વિધિ જણાવી હતી પણ ફળ કે ઉદ્દેશ નહીં. તપ કરવાના લાભાલાભ ગણાવતો મોટો ગ્રંથ હતો પણ ચોક્કસ નામના તપનો નહીં. હું માનું છું ત્યાં સુધી તપશ્ચર્યાઓ પણ આચાર્યો અને ગુરુ ભગવંતો દ્વારા પૂજા, આંગીની જેમ પાછળથી આવ્યા હોવા જોઈએ. વર્ષીતપ આદેશ્વર ભગવાને કરેલો અને 400 દિવસ પછી શ્રેયાંસ કુમારના હાથે શેરડીના રસનું પારણું થયું હતું એટલે આપણે પણ કરીએ છીએ. ભગવાન મહાવીરે 40 વર્ષના દીક્ષા પર્યાયમાં ફક્ત 349 દિવસ જ આહાર લીધેલો છે જે પુરું એક વર્ષ પણ થતું નથી. પણ કેટલા સમય બાદ એવો ઉલ્લેખ મારી પાસે ત્રણ ભગવાન મહાવીરના પુસ્તક અને એક કલ્પસૂત્ર છે એમાં નથી. અઠ્ઠમનું પારણું ચંદનબાળાના હાથે થયું હતું એમ ઉલ્લેખ છે. આયંબિલની ઓળીનો મહિમા ગાતી શ્રીપાળ-મયણાની કથાથી કોઈ અજાણ્યું હોય શકે? એક રસપ્રદ વાત જાણવા એમ મળી કે ઉપધાન તપ ફક્ત શ્વેતાંબર સંપ્રદાયમાં જ થાય છે. સ્થાનક વાસી કે દિગંબર કે પછી બીજા કોઈ સંપ્રદાયમાં નહીં. અઠ્ઠમનો ઉલ્લેખ કલ્પસૂત્રમાં શ્રાવકના કર્તવ્યોમા કરેલો છે પણ જો ના થાય તો એક ઉપવાસ (છૂટા છૂટા), એકાસણું, બેસણું અને છેવટે એ પણ ના થાય તો સામાસિક અને નોકારવાળી સુધીની છૂટ આપેલી છે. કેવળ અઠ્ઠાઈની જ વાત કરીએ તો આઠનો આંકડો શુભ છે. અષ્ટ મંગલ, અષ્ટાન્હિકા મહોત્સવ, આઠ પ્રવચન માતા (પાંચ સમિતિ ત્રણ ગુપ્તિ) અને આઠ પ્રકારના કર્મોનો ક્ષય કરવાનો છે. વળી ધર્મની વિશેષ આરાધના કરવાના આઠ દિવસો અઠ્ઠાઈ કહેવાય છે જે વર્ષમાં છ વાર આવે છે. જેમાં બે આયંબિલની

ઓળી અને પર્યુષણના દિવસો આવી જાય છે. તે સિવાયની અષ્ટાઈ કારતક, ફાગણ અને અષાઢમાં આવે છે. એટલે આ રીતે પર્યુષણના આઠ દિવસ દરમિયાન આઠ ઉપવાસનું ઘણું મહત્ત્વ હોવું જોઈએ. બાકી તો શુભ ભાવથી કરેલું શુભ તપ ઉત્તમ ફળ આપે એવી પ્રભુને પ્રાર્થના! શાસ્ત્ર વિરુધ્ધ કંઈ પણ લખાયું હોય તો મન-વચન અને કાયાથી મિચ્છમિ દુક્કડમ !